D1679783

பெரியார் குறித்து இப்படி ஒரு நூலை தமிழ்ச் சூழலில் அ. மார்க்ஸ் (பி. 1949) தவிர வேறு யாரும் எழுதியிருக்க இயலாது என்றால் அது மிகையல்ல. நீட்ஷே, தெரிதா, ஃபூக்கோ முதலான பின்நவீனச் சிந்தனையாளர்கள் பற்றி நிறப்பிரிகை பேசி ஒரு பெரிய சிந்தனை விகசிப்பைத் தமிழ்ச் சூழலில் ஏற்படுத்திக்கொண்டிருந்தபோது வெளிவந்த நூல் இது. ஒரு மாற்றுச் சிந்தனையாளராகத் தமிழகத்தில் வெளிப்பட்ட அ. மார்க்ஸ் பாவ்லோ ஃப்ரெய்ரே போன்ற கல்வியாளர் களின் மாற்றுக் கல்விச் சிந்தனைகள், பின்நவீனத்துவம் போன்ற தளை அவிழ்ப்புக் கோட்பாடுகள் ஆகியவற்றைத் தமிழ்ச் சூழலுக்கு அறிமுகம் செய்து தொண்ணூறுகளில் மிக முக்கியமான பல சர்ச்சைகளுக்குக் காரணமாக இருந்தவர்.

பெரியார்?

பெரியாரின் கண்டுகொள்ளப்படாத சிந்தனைகள் மீதான ஒரு கவன ஈர்ப்பு

அ. மார்க்ஸ்

முதல் பதிப்பு 2001
இரண்டாம் பதிப்பு 2018, மீளச்சு 2024

© அ. மார்க்ஸ்

வெளியீடு: அடையாளம், 1205/1 கருப்பூர் சாலை, புத்தாநத்தம் 621310, திருச்சி மாவட்டம், தொலைபேசி: 04332 273444, 9444 77 2686

நூல் வடிவம்: த பாபிரஸ், அச்சாக்கம்: அடையாளம் பிரஸ், இந்தியா

ISBN 978 81 7720 005 8

விலை: ₹ 80

Periyaar? A critical study of Periyar E. V. Ramasamy in Tamil by A. Marx, Published by Adaiyaalam, 1205/1 Karupur Road, Puthanatham 621310, Thiruchi Dist., Tamilnadu, India, email: info@adaiyaalam.net

செந்தாரகை ஆசிரியர் குழுவில்
பணியாற்றிய இனிய நினைவுகளோடு
பேராசிரியர் சே. கோச்சடை எம்.எஸ்.சி., எம்.பில்.,
கவிஞர் பழமலய்
இருவருக்கும்

கன்னூற்று பயிற்சிக் கல்லூரியில்
இளங்கலைஞராக பயின்று பெருமைகொண்ட
பெராசிரியர் கே. சொக்கலிங்கம். எம். ஏ., பி., எம். பில்
ஐயாவின் பாதங்களுக்கு
படைக்கபடுகிறது

பொருளடக்கம்

	பதிப்புரை	ix
	முன்னுரை	xi
1	ஒதுக்கப்படும் பெரியாரும் ஓரங்கட்டப்படும் அவர் சிந்தனைகளும்	1
2	மத நீக்கம் என்னும் பணியை மேற்போட்டுக்கொண்ட பெரியார்	5
3	மொழி இயற்கையானதல்ல, எல்லாம் கற்பிதங்கள்தான், வெங்காயம்!	9
4	தேசம் என்றொரு கற்பிதம்: 'நான் ஒரு தேசத்துரோகி'	12
5	பெரியாரின் தமிழ்நாட்டுப் பிரிவினைக் கோரிக்கையும் தமிழ்த் தேசியமும்	18
6	பகுத்தறிவு, ஒழுக்கம், தியாகம், பொதுநன்மை, பொதுநோக்கு... எல்லாமே வெங்காயங்கள்தாம்!	22

7	பெரியார் பார்வையில் விடுதலை என்பதென்ன? பற்றறுத்தலின் எல்லை எது?	31
8	விடுதலை: வெற்றி × தோல்வி, நன்மை × தீமைகளுக்கு அப்பால்...	39
9	பெரியார்?	44
	இரண்டாம் பதிப்பில் ஒரு பிற்சேர்க்கை: பெரியார்: நம்பிக்கைகள் என்றாலே மூடநம்பிக்கைகள்தான்	53

பதிப்புரை

முதற் பதிப்பு

பெரியாரின் ஆதரவாளர்களும் எதிர்ப்பாளர்களும் பெரியார் குறித்த ஓரே மாதிரியான பிம்பத்தையே கட்டமைக்கின்றனர். நாத்திகர், பார்ப்பன எதிர்ப்பாளர், இடஒதுக்கீட்டிற்காகவும் தனி நாட்டிற்காகவும் போராடியவர், பெண்விடுதலை குறித்து அக்கறை காட்டியவர் என்பவைதான் இந்த பிம்பத்தின் மூலம் வெளிப்படும் பெரியாரின் பரிமாணங்கள். விவாதங்களும் சர்ச்சைகளும் இந்த அம்சங்களில் பெரியார் எந்த அளவிற்குச் சரியாக இருந்தார் அல்லது இல்லை என்கிற எல்லைகளுக்கு உள்ளேயே சுருங்கியுள்ளன.

ஏறக்குறைய ஓர் அரை நூற்றாண்டுக் காலம் தமிழ்ச் சூழலில் தீவிரமாக இயங்கிவந்த பெரியாரின் சிந்தனைகளையும் செயல் பாடுகளையும் பின்னோக்கிப் பார்க்கும்போது அவரை அவ்வளவு எளிதாக மேற்குறித்த அம்சங்களுக்குள் சிறைப்படுத்த முடியாது என்பது வெளிப்படும். எந்தவொரு அளவுகோலும் அவரை முழுமையாக வரையறுத்துவிட இயலாது திணறுவதை நாம் காண முடியும். இந்த வரையறையின் பிடியில் அகப்படாமல் திமிறி வெளிப்படும் அவருடைய பரிமாணங்கள் இன்றையச் சூழ்நிலையில் மிகவும் முக்கியத்துவம் பெறுகின்றன.

பழைய கேள்விகளுக்குப் புதிய பதில்களைத் தேடுகிற முயற்சியில் இந்தப் புதிய பரிமாணங்களை அடையாளம் காணமுடியாது. கேள்வி களையே மாற்றிப் போடுவதன் மூலமே அதைச் செய்ய முடியும். அப்படியொரு முயற்சியை 1993இல் தொடங்கி நிறப்பிரிகை இதழ் செய்துவருகிறது; பெரியாரின் எதிர்க்கலாச்சார சிந்தனைகள் அவ்வப்போது இந்த இதழில் சுட்டிக்காட்டப்பட்டுள்ளன.

இக்குறுநூல் பெரியாரின் விடுதலை பற்றிய சிந்தனையை ஆய்வுக்கு உட்படுத்துகிறது. தன்னை ஒரு படிப்பாளியாகவும் தத்துவவாதியாகவும் காட்டிக்கொண்டவர் அல்லர் பெரியார். ஆனாலும் எப்படிப்

பெண்விடுதலைச் சிந்தனைகளில் நவீன கருத்துகளை எல்லாம் விஞ்சக் கூடிய பார்வையை அவர் கொண்டுள்ளாரோ அதுபோலவே தத்துவச் சிந்தனைகளிலும் மிக நவீனமான பார்வை கொண்டுள்ளதை இந்நூல் வெளிப்படுத்துகிறது. சுயத்தை உறுதிசெய்தல் என்கிற தத்துவ வெளிப்பாடு பெரியார் சிந்தனைகளில் தெறித்து வெளிப்படுவதை அ. மார்க்ஸ் தொட்டுக் காட்டுவது பெரியாரியலுக்கு ஒரு முக்கிய பங்களிப்பாக அமையும் என நம்புகிறோம்.

அரசியலாலும் கலாச்சாரத்தாலும் ஒடுக்கப்படும் மக்களின் பண்பாட்டுக் கூறுகளைப் பதிவு செய்யும் அடையாளம், பெரியாரியலுக்குப் புதிய வெளிச்சம் தரும் இந்நூலைத் தனது ஆறாம் வெளியீடாக வாசகர்களின் முன்வைத்து விமர்சனங்களை எதிர் பார்க்கிறது.

இவ்விமர்சன நூலை எழுதி வெளியீட்டு உரிமை வழங்கிய பேராசிரியர் அ. மார்க்ஸ் அவர்களுக்கும் இந்நூல் உருவாக்கத்தில் பங்களித்த கவிஞர்கள் தண்ணன், நிலவன் ஆகியோருக்கும் முன்னுரை எழுதிய தோழர்கள் நீலகண்டன், இராசேந்திரன் ஆகியோருக்கும் எங்கள் நெஞ்சார்ந்த நன்றியை உரித்தாக்குகிறோம்.

இரண்டாம் பதிப்பு

இந்நூலின் முதற்பதிப்பு பெரும் வரவேற்புக்குள்ளாக்கியது. எனினும் நாம் எதிர்பார்த்த திசைகளிலிருந்து முணுமுணுப்புகளும் எதிர்ப்பு களும் வராமலில்லை. இந்தியா டுடே இதழ் இந்நூலை முன்வைத்து மேலெடுத்த ஒரு சர்ச்சையின்போது 'பெரியாரிடம் பற்றுகள் இல்லை என்றால் சாதி ஒழிப்பு முதலாக கொள்கைப் பற்றுகூடவா இல்லை, இத்தகைய முயற்சிகள் செயலின்மைக்கு இட்டுச் செல்லும்' என்கிற ரீதியில் ஒருவர் கேள்வி எழுப்பினார். இன்னும் சிலர் பெரியாரை தலித் விரோதியாகச் சுட்டிக்காட்ட முயன்றனர். இவர்களுக்குப் பதிலளிக்கும் நோக்கில் கணையாழி (செப். 2001) இதழில் அ. மார்க்ஸ் எழுதிய கட்டுரையையும் பிற்சேர்க்கையாக இணைக்கப்பட்டு இந்த இரண்டாம் பதிப்பு உங்கள் முன்வைக்கப்படுகிறது.

முன்னுரை

இந்து பார்ப்பனக் கலாச்சாரத்திற்கு எதிராக மானுட விடுதலைக்காகக் களம் கண்டவர் பெரியார். அந்தக் களத்தில் இந்துக் கலாச்சார மதிப்பீடுகளையும் புனித ஒழுக்கக் கட்டுமானங்களையும் உடைத் தெறிந்தவர் அவர். பெரியாரால் கேள்விக்கு உள்ளாக்கப்பட்ட இந்துத்துவம் இன்று புதிய வேகத்துடன் பாசிச சக்தியாக வளர்ந்து வருகிறது.

இந்தச் சூழலில் பெரியாரின் பரிணாமச் செழுமையுடன் பெரியாரிஸ்ட்டுகளாகிய நாம் எதிர் நடவடிக்கையாய் பாபர் மசூதி இடிப்பின்போது சங்கர மட இடிப்பையும் சர்ச்சுகளும் பைபிள்களும் கொளுத்தப்படும்போது பார்ப்பனக் கோயில்கள், வேதங்களின் அழித்தொழிப்பையும் கோவையில் இஸ்லாமியர் கடும் மத வன்முறைக்கு உள்ளானபோது பார்ப்பன அரச பயங்கரவாதத்திற்கு எதிரான மக்கள் அணிதிரட்டலையும் நிகழ்த்திக் காட்டியிருக்க வேண்டும்; தீண்டாமைக்கு எதிராகவும் நம் சக்திகளை குவித்திருக்க வேண்டும். ஆனால் நாம் அதற்கான வலுத்திறனை இழந்து நிற்கிறோம்.

கற்பு, தேசியம், ஒழுக்கம், சாதி, மதம், கடவுள் என்று புனிதமாகக் கட்டமைக்கப்பட்டிருந்த அனைத்தையும் பல்லாயிரக்கணக்கான 'மக்கள் என்ன நினைப்பார்களோ'என்று கவலைப்படாமல் போட்டு உடைத்த பெரியாரை நாம் அதே நிர்வாணத்தோடு காட்டத் தவறி விட்டோம்; எதார்த்த மீறல்கள் என நிராகரித்துவிட்டோம். ஆனால் அதே வேளையில் சாதி, மத ஒழிப்பிற்காகவும் பெண்விடுதலைக் காகவும் சமூகம் ஒன்றைக் காணும் நோக்குடன் பெரியார் கோரிய 'தனித் தமிழ்நாடு' என்பதைச் சிலர் வெற்றுத்'தமிழ்த் தேசியமாக' அவருக்கு எதிரான தன்மைகளுடன் உருவகப்படுத்தி வருகிற சூழலையும் நாம் காண நேரிடுகிறது.

மத, தேசிய மையங்களின் ஒழுக்க மதிப்பீடுகளுக்குள் உள் ஒடுங்கி வராமல் அவற்றைச் சிதைத்தும் உடைத்தும் வாழ்கின்ற விளிம்பு

நிலை மக்களான பாலியல் தொழிலாளர்கள், அரவாணிகள் இவர்களிடமெல்லாம் பெரியாரைச் சேர்த்தாக வேண்டிய காலச் சூழலில் இந்நூல் வெளிவருவது மிக்கவும் பொருத்தமானதாகும்.

பெரியாரின் மறைக்கப்பட்ட பரிமாணத்தை வெளிக் கொணர்கின்ற இந்நூலை தோழர் அ. மார்க்ஸ் அக்கறையோடு எழுதியுள்ளார். தம்மால் உட்செரித்துக்கொள்ள முடியாதவற்றைப் பின்நவீனத்துவ எழுத்து என்று ஒதுக்கிவிடுகிற போக்கு இங்கு நிகழ்கிறது. இதையும் அப்படிச் செய்துவிடாமல் ஆரோக்கியமான விவாதத்திற்கு பெரியாரிஸ்ட்டுகளாகிய நாம் தயாராக வேண்டும்.

தனித்துவத்துடன் மிளிரும் இந்நூலை எழுதிய அ. மார்க்ஸ் அவர்களையும் சிறப்பாக வெளியிடும் அடையாளம் தோழர்களையும் மனதாரப் பாராட்டுகிறோம்.

நீலகண்டன்
இராசேந்திரன்

சென்னை
ஏப்ரல் 18, 2001

1

ஒதுக்கப்படும் பெரியாரும் ஓரங்கட்டப்படும் அவர் சிந்தனைகளும்

பெரியார் சிந்தனை மீதான சர்ச்சைகளும் பெரியார் மீதான தாக்குதல்களும் தொடர்கின்றன. பெரியாரின் சிந்தனைகளும் செயற்பாடுகளும் இன்னும் எதிர்கொள்ளப்பட வேண்டியவைகளாகத் திகழ்ந்து கொண்டிருப்பதற்கான சாட்சியங்களாக இவை ஒருவகையில் அமைகின்றன. தாக்குகிறவர்களுக்குப் பெரியாரின் சிந்தனைகள் ஏதோ ஒரு வகையில் இன்று இடராக இருப்பதையும் நாம் விளங்கிக் கொள்ள இயல்கிறது.

தாக்குதல்களுக்கும் எழுப்பப்படுகிற சர்ச்சைகளுக்கும் பெரியாரின் ஆய்வாளர்களும் இதர பெரியாரிஸ்டுகளும் உடனுக்குடன் பதிலளித்து வருகின்றனர். பெரியார் 'மரபி'ல் எந்தவிதத் 'திரிபு'ம் ஏற்பட்டுவிடாதபடிக்கு இவர்கள் ரொம்பவும் விழிப்புடன் இருக்கின்றனர். எழுப்பப்படும் கேள்விகளும் தொடுக்கப்படும் தாக்குதல்களும் பல சந்தர்ப்பங்களில் அபத்தமாக இருக்கின்றன என்பதில் அய்யமில்லை. ஆனால் இந்தக் கேள்விகளையும் தாக்குதல்களையும் காட்டிலும் அளிக்கப்படுகிற 'பதில்'களும் இவைகளினூடாகக் கட்டமைக்கப்படும் 'பெரியார் மரபு'ம் மிகவும் அயர்ச்சியளிக்கின்றன. பெரியார் குறித்து ஏற்கனவே கட்டமைக்கப்பட்டுள்ள பிம்பங்களில் எந்தச் சிதைவையும் ஏற்படுத்தாதவைகளாகவும், புதிய சிந்தனை உசுப்பல்களுக்குக் கிஞ்சித்தும் வாய்ப்பளிக்காதவையாகவும் இவ்விவாதங்கள் அமைகின்றன.

இதனூடாக, பெரியார் குறித்து ஏற்கனவே கட்டிக் காக்கப்பட்ட மவுனங்கள் தொடர்கின்றன. ஓர் எடுத்துக்காட்டு:

தமிழைக் 'காட்டுமிராண்டி மொழி' எனப் பெரியார் சொன்னது ஏதோ ஒரு கோபத்தில், வேகத்தில், போகிற போக்கில் சொல்லப்பட்ட

கருத்து அல்ல. கடைசிவரை அதனை அவர் வலியுறுத்திவந்தார். இது குறித்துப் பின்னர் கேள்விகள் கேட்கப்பட்டபோது அவர் விளக்கம் சொல்லத் தயங்கவில்லை. கலைமகள், மாலை முரசு ஆகிய இதழ் களுக்காக அவரிடம் நேர்காணல்கள் எடுக்கப்பட்ட போதும் அவர் தமது நிலைப்பாட்டில் நின்று விளக்குவதைக் காணலாம். *(ஆனைமுத்து தொகுத்துள்ள* பெரியார் ஈ.வெ.ரா. சிந்தனைகள், *பக்: 1228, 1231. இனி ஆ.தொ எனக் குறிக்கப்படும்).* ஆனால், இதை ஒரு சொல்லாடல் என்கிற அளவில் தமிழ்ச் சூழலில் வலம் வர அனுமதிக்காத வரலாறு கவனிக்கப்பட வேண்டிய ஒன்று. 'பெரியாரை இந்த விசயத்தில் நாம் மறுத்துப் பேசக்கூடாது; பேசினால் அவர் இன்னும் அதிகமாகப் பேசத் தொடங்கிவிடுவார்' என்கிற ரீதியில் நகைச்சுவை (!) பேசி இந்தக் கருத்தை அவரது திமுக வாரிசுகள் ஓரங்கட்டியது சிந்திக்கத்தக்கது. இன்றைய பெரியாரியல் ஆய்வாளர்களும் பெரியாரிஸ்டுகளும் மவுனம் காக்கும் புள்ளிகளில் ஒன்றாக இதுவும் — தமிழ் காட்டுமிராண்டி மொழி என்னும் கூற்றும் — உள்ளது கவனத்திற்குரியது.

திட்டமிட்டு மவுனமாக்கப்படும் பெரியாரின் இதர சிந்தனைகளில் சில:

- தமிழ் இலக்கியங்கள் உதவாக்கரை, சாதி காப்பாற்றுபவை.
- மொழி இயற்கையானதல்ல; தேசம் ஒரு கற்பனை; தேசாபிமானம் அயோக்கியத்தனம்; வியாபாரம்.
- நான் ஒரு தேசாபிமானி அல்ல(ன்), தேசத் துரோகி.
- மதப்பற்று, சாதிப்பற்று, மொழிப்பற்று, நாட்டுப்பற்று தேவையில்லை.
- ஆண்மை அழியாமல் பெண்மைக்கு விடுதலை இல்லை.
- கணவன் இருக்க வேறொரு ஆடவரை நினைப்பது குற்றமாகக் கருதப்படக்கூடாது.
- பொதுநலம், தியாகம் என்பதெல்லாம் பொருளற்ற சொற்கள்; பித்தலாட்டங்கள், சுயநலமற்ற செயல்கள் ஏதுமில்லை, சுயநலம் இழிவுமில்லை.
- மக்களை எதைப் பற்றியும் எந்தப் பற்றுமற்ற வகையில் செல்ல வைப்பதே கல்வியின் நோக்கம்.
- பொது நன்மை, பொது உணர்ச்சி, பொது ஒழுக்கம், பொதுநீதி

சாத்தியமல்ல; ஒருவனுக்கு சத்தியமாக உள்ளது இன்னொருவனுக்கு அசத்தியமாகலாம்.

பெரியாரின் மேற்குறித்த சிந்தனைகள் சொல்லாடற் களத்தில் அனுமதிக்கப்படாமல் கவனமாகத் தடுக்கப்படுவது வெளிப்படை. இந்தச் சிந்தனைகள் மட்டுமின்றி அவரது சில அரசியற் செயற்பாடுகளும் இவ்வாறு முடக்கப்படுகின்றன; புறக்கணிக்கப்படுகின்றன. தேசியக்கொடி, தேசப்படம், அரசியல் சட்டம் ஆகியவற்றை எரித்தமை, இராமன் மற்றும் பிள்ளையார் சிலைகளை இழிவு செய்தமை என்பவை இவற்றில் சில. பெரியாரின் அயல்நாட்டுப் பயணம், அங்கு அவரது சந்திப்புகள் ஆகியன பற்றியும் யாரும் பேசத் துணிவதில்லை. ஆனைமுத்து அவர்கள் வெளியிட்ட பெரியாரின் அயல்நாட்டுப் பயணக் குறிப்புநூல் தமிழ்ச் சூழலில் முழுமையாகப் புறக்கணிக்கப்பட்டது குறிப்பிடத்தக்கது.

இத்தகைய மவுனங்களினூடாய்க் கட்டமைக்கப்படும் 'பெரியார் மரபு' என்பதென்ன?

- பெரியார் ஒரு கடவுள் மறுப்பாளர், நாத்திகர், பகுத்தறிவுவாதி.
- பார்ப்பன எதிர்ப்பாளர்.
- தமிழ்த்தேசப் பிரிவினையாளர்.
- பிற்படுத்தப்பட்டோர், தாழ்த்தப்பட்டோர் விடுதலைக்காக நேர்மையாகச் செயற்பட்டவர், இட ஒதுக்கீட்டிற்காகப் போராடியவர்.

எத்தனை ஆயிரம் பக்கங்கள் எழுதித் தள்ளினாலும் திரும்பத் திரும்பச் சொல்லப்படுபவை இவைதான். பெரியாரிடம் மேற்குறித்த பரிமாணங்களைக் காண இயலும் என்பதில் கருத்துமாறுபாடு இல்லை. ஆனால் பெரியார் இத்தகைய பரிமாணங்களுள் மட்டுமே சிறைப்படக் கூடியவரல்லர். அவருடைய பரிமாணங்கள் மேலும் விசாலமானவை; இவற்றை மீறித் தாண்டிச் செல்பவை; இவர்களுடைய பிடிக்குள் அகப்படாதவை. மறைக்கப்படுகின்ற இந்தப் பரிமாணங்களைத் தவிர்த்து மேற்குறித்த கூறுகளாக மட்டுமே பெரியாரைப் புரிந்து கொள்ள முயற்சிசெய்தால் நமக்குக் கிடைப்பது ஒரு மொண்ணையான, தட்டையான ஒற்றைப் பரிமாணப் பெரியாரே. திரும்பத் திரும்ப முன்வைக்கப்படும் இந்த மொண்ணைப் பிம்பத்தைப் பெரியாரே பல சந்தர்ப்பங்களில் மறுத்துள்ளார்.

ஒதுக்கப்படும் பெரியாரும் ஓரங்கட்டப்படும் அவர் சிந்தனைகளும் எனவே, கவனமாகக் கட்டிக்காக்கப்படும் இந்த மவுனங்கள் உடைக்கப்படவேண்டும். *1993*இல் தொடங்கி நிறப்பிரிகை இப்பணியைச் செய்து வருவது உங்களுக்குத் தெரியும். இன்று இந்தப் பணியின் தேவை கூடுதலாகியுள்ளது.

2

மத நீக்கம் என்னும் பணியை மேற்போட்டுக்கொண்ட பெரியார்

தமிழ்ச் சமூகத்தில் மத நீக்கம் செய்கிற பணியைத் (Secularisation) தம் மேற்போட்டுக்கொண்டவர் பெரியார் என்கிற கருத்தை மீண்டும் ஒரு முறை நினைவூட்டிக் கொள்வோம். (பார்க்க: விடியல் பதிப்பகம் வெளியிட்டுள்ள 'பெரியாரியம் - நிறப்பிரிகைக் கட்டுரைகள்' நூலுக்கு எழுதப்பட்ட முன்னுரை). தம்மையும் தமது பணியையும் குறித்த பெரியாரின் புகழ்பெற்ற பிரகடனம் வருமாறு:

> ஈ.வெ. ராமசாமி என்கிற நான் திராவிட சமுதாயத்தைத் திருத்தி உலகில் உள்ள மற்ற சமுதாயத்தினரைப் போல் மானமும் அறிவும் உள்ள சமுதாயமாய் ஆக்கும் தொண்டை மேற்போட்டுக்கொண்டு அதே பணியாய் இருப்பவன்.
>
> அந்தத் தொண்டு செய்ய எனக்கு யோக்கியதை இருக்கிறதோ இல்லையோ இந்த நாட்டில் அந்தப் பணிசெய்ய யாரும் வராததினால் நான் அதை மேற்போட்டுக்கொண்டு தொண்டாற்றி வருகிறேன்.
>
> இதைத் தவிர வேறு பற்று ஒன்றும் எனக்கு இல்லாததாலும் பகுத்தறிவையே அடிப்படையாகக் கொண்ட கொள்கைகளையும் திட்டங்களையும் வகுப்பதாலும் நான் அத்தொண்டுக்குத் தகுதி உடையவன் என்றே கருதுகிறேன்.
>
> சமுதாயத் தொண்டு செய்பவனுக்கு இது போதும் என்றே கருதுகிறேன். (பெரியாரால் கைப்பட எழுதப்பட்ட பிரகடனம் — ஆ.தொ. முதல் தொகுதி, முகப்புப் பக்கங்கள்)

தாம் பணிசெய்ய நேர்ந்த திராவிட சமுதாயம், உலகில் உள்ள பிற சமுதாயங்களை — குறிப்பாக மேலைச் சமூகங்களைப் — போல

'மானமும் அறிவும்' உள்ள சமுதாயமாக இல்லை என்கிறார் பெரியார். மேலைச் சமூகங்களில் பதினைந்தாம் நூற்றாண்டுக்குப் பின் ஏற்பட்ட அறிவொளிக் கால மாற்றங்கள் (Renaissance / Modernity) இந்தியச் சூழலில் ஏற்படாததைத்தான் பெரியார் இப்படிக் குறிப்பிடுகிறார். இதனை 'பெரியாரியம்' நூலுள் விரிவாய் விளக்கி யுள்ளோம். (பார்க்க: 'பெரியாரியம்' முன்னுரை) அரசு, பண்பாடு, நீதி, கல்வி, தத்துவம் எனச் சகல துறைகளிலும் மதத்தின் ஆணை கோலோச்சிய மத்திய காலப் போக்குகளில் அதிரடியான பல மாற்றங்கள் ஏற்பட்ட காலத்தைத்தான் 'அறிவொளிக் காலம்' என்பர். அறிதல் முறையில் தன்னிலையின் பங்கையும் பகுத்தறிவின் மேன்மையையும் பறைசாற்றிய காலம் அது. மதத்தின் பிடியிலிருந்து மொழி, பண்பாடு, கல்வி, அரசியல் முதலான சகல துறைகளும் பல்வேறு மட்டங்களில் விடுவிக்கப்பட்டன. நவீனத்துவத்தின் மிக முக்கியமான கூறாக விளங்கும் இச்செயற்பாட்டை மதநீக்கம் (Secularisation) என்பர்.

மேலைச் சூழலில் ஏற்பட்ட இந்த மகத்தான மாற்றங்கள் இந்தியத் துணைக் கண்டத்தில் ஏற்படவேயில்லை. இது ஏன் என்கிற கேள்வி ஒரு புறம் இருக்கட்டும். இந்தச் சூழலைச் சரியாகக் கணக்கில் எடுத்துக்கொண்ட தலையாய சிந்தனையாளராகப் பெரியார் உள்ளார். வடக்கே அம்பேத்கர் இப்பணியைச் செய்தார். தமிழ்ச் சூழலில் மத நீக்கம் குறித்து இத்தகு தெளிவான ஓர்மையுடன் செயற்பட்டமைக்கு பெரியாருக்கு இணையாக யாரையும் சொல்ல முடியாது. சமூகம் சனநாயகப்படுத்தப்படுவதற்கான முதல் நிபந்தனையாக மத நீக்கம் அமைகிறது. இந்தியத் துணைக் கண்டத்தின் சீர்திருத்தவாதிகள், மறுமலர்ச்சியாளர்கள் எனச் சொல்லப்படுகின்ற யாரும் மதத்திற்குள் நின்றுகொண்டுதான் சமூகத்தைப் புதுப்பிக்க முனைந்தனர். மதநீக்கத்தின் முக்கியத்துவத்தைப் பெரியார், பூலே, அம்பேத்கர் ஆகியோர் மட்டுமே உணர்ந்தனர். மதநீக்கமின்றி சாதியொழிப்பும் இங்கு சாத்தியமில்லை என்பதையும் இவர்களே முன்வைத்தனர். மதநீக்கமின்றி சனநாயக அரசியலும் சாத்தியமில்லை என்றார் பெரியார்.

இங்கு நிலவிய உலகக் கண்ணோட்டத்தின் சகல அம்சங்களும் வேதங்களைப் பிரமாணமாகக் கொண்டிருந்தன; வருணாசிரமத்தை, பார்ப்பனியத்தை அடிப்படையாகக் கொண்டிருந்தன; இந்த அடிப்படையிலேயே சமூகத்தின் பொதுப்புத்தி ('பொதுசன அபிப்ராயம்' — பெரியார்) கட்டமைக்கப்பட்டிருந்தது. மனிதத்

தன்னிலைகள் கட்டமைக்கப்பட்டன. ஒவ்வொருவனும் தன்னைப் பார்ப்பானாக, சூத்திரனாக, பறையனாக உணரும் சூழலும் அந்த அடிப்படையில் விதிக்கப்பட்ட வாழ்நிலையைச் சகித்துக்கொள்ளும் உளநிலையும் நிலவியது. மொழி, வழமைகள், அன்றாட நடவடிக்கைகள், அரசியல், சட்டம் என அனைத்தும் மதக்கறை அதாவது, பார்ப்பனீயக் கறை படிந்ததாகவே இருந்தன. இந்த மொழி களின் மூலம் சிந்தித்துக்கொண்டு இலக்கியமாக்கிக்கொண்டு, இத்தகைய பொதுசன அபிப்ராயங்களினூடாக வாழ்க்கையை விளங்கிக்கொண்டு வாழ நேர்ந்த யாரும் இந்தச் சூழலுக்குரிய தன்னிலை களாக (Subjects) குடிமக்களாக மாறுவது தவிர்க்க இயலாததாகியது.

இங்கே முக்கியமாகக் கருதத்தக்க அம்சம் என்னவெனில் வடமொழிக்கு எதிராக முன்வைக்கப்பட்ட தமிழ்மொழியும் பார்ப்பனீயத்திற்கு எதிராக முன்வைக்கப்பட்ட சைவ வேளாளப் பண்பாடும், வேதாந்தத்திற்கு மாற்றாக முன்வைக்கப்பட்ட சைவ சித்தாந்தமும், வேதங்களுக்குப் பதிலாக வைக்கப்பட்ட சைவ இலக்கியங்களும் ஏதோ ஒருவகையில் வருணாசிரமத்தை, சாதீயத்தை ஏற்றுக் கொண்டவையாகவும், வேதங்களையும், பார்ப்பனீயத்தையும் பிரமாணமாகக் கொண்டவையாகவுமே இருந்தன என்பதே.

மதநீக்கம் நிறைவேற்றப்படாத சூழலில் பொதுசன அபிப்ராயத் திற்கு ஆட்பட்ட ஒருவருக்குத் தன்மதிப்பு அதாவது சுயமரியாதை இருக்காது. சமூக விடுதலையின் முதல் நிபந்தனை தனி மனித விடுதலை; அதாவது அச்சமூக உறுப்பினர் சுயமரியாதை கொள்வது. இந்தச் சுய மரியாதைக்குப் பெருந்தடையாக இருப்பது மத உணர்வு. எனவே மதத்திலிருந்து எல்லாவற்றையும் பிரித்தெறிவது முதற்பணியாக அமைந்து விடுகிறது. பெரியாரின் கீழ்க்கண்ட கூற்று இதை தெளிவாக்கும். மொழிப்பற்றிப் பேச வரும்போது,

> தமிழ் மக்களின் தன்மதிப்பு என்பதல்லால் வெறும் பாஷையைப் பற்றியே நான் எவ்விதப் பிடிவாதமும் கொண்டவனும் அல்லன். முதலாவதாக, தமிழ் முன்னேற்றமடைந்து உலக பாஷை வரிசையில் அதுவும் ஒரு பாஷையாக இருக்கவேண்டுமானால் தமிழையும் மதத்தையும் பிரித்துவிட வேண்டும். மத சம்பந்தமற்ற ஒருவனுக்குத் தமிழில் இலக்கியம் காண்பது மிகமிக அரிதாகவே இருக்கிறது. தமிழ் இலக்கணம்கூட மதத்தோடு பொருத்தப் பட்டே இருக்கிறது. உதாரணமாக, ‘மக்கள், தேவர், நாகர் உயர் திணை’ என்றால் என்ன? நாகர்கள் யார்? தேவர்கள் யார்?

இலக்கணத்திலேயே மதத்தைப் போதிக்கும் சூழ்ச்சிதானே இது? (ஆ.தொ. பக். 976. இந்த நூலில் காட்டப்படுகிற மேற்கோள்கள் அனைத்திலும் அழுத்தங்கள் நம்முடையன)

எனப் பெரியார் குறிப்பிடுவதை நாம் இந்தப் பின்னணியிலேயே விளங்கிக் கொள்ள முடிகிறது. ஏராளமான எடுத்துக்காட்டுகளுடன் மிகவும் விரிவாக நமது மொழி, இலக்கியம், அரசியல், சட்டம் எல்லாம் எந்த அளவிற்கு இந்துமயமாகியுள்ளன என்பதை விளக்கினார் பெரியார்.

3
மொழி இயற்கையானதல்ல, எல்லாம் கற்பிதங்கள்தான், வெங்காயம்!

மதத்தை நீக்கி அந்த இடத்தில் 'அறிவை' நிலைநாட்டிவிட்டால் எல்லாப் பிரச்சினைகளும் முடிவுக்கு வந்துவிடுவதில்லை. இவ்வாறு கட்டமைக்கப்படும் அறிவு இன்னொரு வகையான அதிகாரத்திற்கு வழியமைப்பதாக அமைந்துவிடுகிறது, அறிவு, உண்மை எதுவுமே இயற்கையானவை அல்ல. எல்லாமே கட்டமைக்கப்படுபவைதான். யார் இவற்றைக் கற்பிக்கிறார்களோ அவர்களது நலனுக்கும் அதிகாரத்திற்குமே இவை வழிவகுக்கின்றன. ஆனால், இவற்றைக் கட்டமைப்பவர்கள் இவற்றைக் கட்டமைப்பு எனச் சொல்வதில்லை, இயற்கை என்பர்.

பதினைந்து, பதினாறாம் நூற்றாண்டுகளின் அறிவொளி மரபும் இதைத்தான் செய்தது. எனவே, இவ்வாறு உருவாக்கப்பட்ட பகுத்தறிவின் ஆட்சி இன்னும் நுணுக்கமான அதிகாரச் செயற்பாடு களுக்கும் வன்முறைகளுக்கும் வழிவகுத்தது. அறிவொளி மரபின் விளைபொருட்களாய் உருவான நிறுவனங்கள் யாவும் (பாராளு மன்றம், மருத்துவமனை, பள்ளிக்கூடம், பத்திரிகைகள், நீதி வழங்குமுறை...) நுண்மையான அதிகார நிறுவனங்களாகவும், வன்முறைக் களங்களாகவும் விளங்கின. எனவே இந்த அதிகாரங் களுக்கு எதிராக இயங்குகிறவர்கள் இந்த நிறுவனங்கள் மற்றும் இவை முன்வைக்கும் கற்பிதங்கள் யாவும் இயற்கையானவையல்ல, கட்டமைக்கப்பட்டவைதாம் என்பதைத் தோலுரித்துக் காட்ட வேண்டியவர்களாகிறார்கள். கட்டமைப்பு என்பதை நிறுவினால்தான் வேறு வகைக் கட்டமைப்பு சாத்தியம் என்பதைச் சொல்ல முடியும். இயற்கை என்றால் அது மாற்றப்பட வேண்டியதல்ல என்றாகிவிடும்.

மதத்திற்கு எதிராகப் பகுத்தறிவைப் போற்றிய பெரியார், பகுத்தறிவின் பெயரால்கூட அதிகாரத்தைக் கட்டமைக்க முயன்றாரில்லை. எல்லாமே கற்பிதங்கள்தாம். எதுவும் இயற்கையானதல்ல என்கிற பார்வையை அவர் தொடர்ந்து வற்புறுத்தி வந்ததும், எவற்றையெல்லாம் பொதுசன அபிப்ராயம் புனிதங்கள் என்று போற்றுகிறதோ, வணங்குகிறதோ, எவற்றையெல்லாம் இழிவுகள் என ஒதுக்குகிறதோ, ஓரங்கட்டுகிறதோ அவற்றையெல்லாம் அவர் கட்டுடைத்ததும், வெங்காயம் என நகைத்ததும், ஒன்றுமில்லை என நிறுவியதும், ஊர் ஊராய்ப் பிரச்சாரம் செய்ததும், ஊர்வலமாய்ச் சென்று உடைத்து நொறுக்கியதும் இங்கே சிந்திக்கத்தக்கன.

பல்வேறு புனிதங்களைப் பற்றிப் பேச வரும்போதும் அவை குறித்து 'இயற்கையானவையல்ல', 'கற்பனை', 'சூழ்ச்சி', 'கற்பிக்கப் பட்டது' முதலான சொற்களைப் பெரியார் பயன்படுத்துவார். மொழிப்பற்றின் அடிப்படையில் அரசியல் எழுச்சி பெற்றுக் கொண்டிருந்த ஒரு காலகட்டத்தில்,

மொழி என்பது ஒரு மனிதனுக்கு அவ்வளவு முக்கியமான சாதனம் அல்ல; அது இயற்கையானதுமல்ல; அதற்கு ஒரு கட்டாயமும் தேவையில்லை. மொழி மனிதனுக்குக் கருத்துகளைப் பரிமாறிக் கொள்ளும் அளவுக்கு, விஷயங்களைப் புரிந்துகொள்ள வாய்ப்பளிக்கும் அளவுக்குத் தேவையானதே ஒழிய பற்றுக் கொள்வதற்கு அவசியமானதல்ல. (ஆ.தொ. பக். 986)

என்று அவர் குறிப்பிட்டார். மொழிகள் தனித்தனியாகப் பிரிவதும், மொழிக்குள்ளேயே வழக்கு வேறுபாடுகள் ஏற்படுவதும் தட்ப வெப்பச் சூழல், போக்குவரத்தின்மை, பிற மொழிக் கலப்பு ஆகிய வற்றின் விளைவுதான் என்றும் அவர் குறிப்பிட்டார் (ஆ. தொ. பக். 965-66, 981-83). காலந்தோறும் மொழி அமைப்பிலும், வரிவடிவத்திலும், சொற்களஞ்சியத்திலும், உச்சரிப்பிலும் மாற்றம் ஏற்படுவது இயல்பு (ஆ.தொ. பக். 954, 960). எனவே மொழியில் மாற்றங்கள் செய்யக்கூடாது என்பது மடமை (ஆ.தொ. பக். 961) என்றார்.

மொழி, மொழியால் கட்டமைக்கப்பட்ட சொல்லாடல்கள் முதலானவை இயற்கையானவை அல்ல, வெறும் கட்டமைப்புத்தான் என்கிற புரிதல்கொள்ளும்போதுதான் அதில் பொதிந்து கிடக்கும் வில்லங்கங்கள் பிடிபடும்; ஆபத்துகள் உணரப்படும். பெண்ணடிமைத் தனம் பற்றிப் பேசவரும்போதுகூட எவ்வாறு சொத்துறவு, தனி

உடைமை முதலியவற்றோடு ஆணாதிக்கம் இணைந்துள்ளது என்பதை விளக்கமாகச் சொன்னபோதும் *(ஆ.தொ. பக்: 108, 160-170)* நமது சூழலைப் பொறுத்தமட்டில் எவ்வாறு 'கற்பு' போன்ற கற்பிதங்கள் பொருளியல் காரணிகளையும் மீறி, மதவியற் காரணிகளால் கட்டமைக்கப்பட்டுள்ளன என்பதைக் குறிக்கின்றார். ஆங்கிலத்தில் 'கற்பு' என்பதற்குச் சமமான Chastity, Virginity போன்ற சொற்கள் பாலுறவுத் தூய்மையையும் உடலுறவுக்கு முற்பட்ட கன்னிமையையும் மட்டுமே குறியீடு செய்கின்றன.

> ஆனால், ஆரிய பாஷைகளில் பார்க்கும்போது மாத்திரம் 'கற்பு' என்கின்ற பதத்திற்கு பதிவிரதை என்கிற பொருள்கொள்ளப் படுகிறது. இந்த இடத்தில்தான் கற்பு என்கின்ற வார்த்தைக்குள் அடிமைக் கருத்து நுழைக்கப்படுகின்றது என்பது எனது அபிப்பிராயம். அதாவது பதியைக் கடவுளாகக்கொண்டவள், பதியைத் தவிர வேறு யாரையும் கருதாதவள் எனப் பொருள் கொடுத்திருப்பதுடன் 'பதி' என்ற வார்த்தைக்கு அதிகாரி, எஜமான், தலைவன் என்கின்ற பொருள்கள் இருப்பதால் அடிமைத் தன்மையை இவ்வார்த்தைகள் பலப்படுத்துகின்றன *(ஆ.தொ. பக்: 115, 116).*

எனச் சொல்வதன் மூலம் இத்தகைய பார்ப்பனீய மயமான மொழி, கலாச்சார மற்றும் குறியீட்டுச் செயல்பாடுகள் அடிமைத் தன்னிலை யாக்கத்தில் வகிக்கும் பங்கை, அதாவது அடிமை உணர்வுக்கு வழி வகுப்பதைச் சுட்டிக் காட்டுகிறார். இதுபோலவே 'கன்னிகாதானம்' போன்ற சொற்களையும் அவர் கட்டுடைக்கிறார். 'கன்னிகாதானம்' என்ற சொல்லைக் 'கன்னிக்கொடை' என்பது போலத் தூய தமிழ்ப்படுத்தினால் மட்டும் போதுமா என்கிற கேள்வியை நமக்குள் எழுப்புகிறார். மொழித் தூய்மையின்போது வடமொழி நீக்கம் மட்டுமே செய்யப்படுகிறது; இந்துமதம், சைவம், பார்ப்பனீயம் நீக்கப்படாமல் தனித் தமிழிலும் பின்னிப் பிணைந்திருப்பதை நாம் கண்டுகொள்ளாமல் இருந்துவிடலாகாது.

4

தேசம் என்றொரு கற்பிதம்: 'நான் ஒரு தேசத்துரோகி'

> நான் ஒரு தேசாபிமானியல்லன். அது மாத்திரமல்ல தேசாபிமானத்தை புரட்டு என்றும் அது தனிப்பட்டவர்களின் வயிற்றுச் சோற்று வியாபாரம் என்று சொல்லியும் எழுதியும்வரும் 'தேசத்துரோகி'யாவேன் (ஆ.தொ. பக்: 383)

எனப் பிரகடனப்படுத்தியவர் பெரியார். சோவியத் ரசியா, அய்ரோப்பா முதலான நாடுகளுக்குச் சென்று திரும்பும் வழியில் (1932) கொழும்பில் பேசும்போது,

> தோழர்களே! கடவுள், மதம், ஜாதியம், தேசியம், தேசாபிமானம் என்பவைகள் எல்லாம் மக்களுக்கு இயற்கையாக, தானாக ஏற்பட்ட உணர்ச்சிகள் அல்ல. சகல துறைகளிலும் மேற்படியில் உள்ளவர்கள் தங்கள் நிலை நிரந்தரமாயிருக்க ஏற்படுத்திக் கொண்டிருக்கும் கட்டுப்பாடான ஸ்தாபனங்களின் மூலம் பாமர மக்களுக்குள் புகுத்தப்பட்ட உணர்ச்சிகளேயாகும். இந்தப்படி புகுத்தப்பட வேண்டிய அவசியமும், காரணமும் என்னவென்று பார்த்தால், அவை முற்றும் பொருளாதார உள்எண்ணத்தையும், அன்னியன் (பிறர் — அ.மா) உழைப்பாலேயே வாழ வேண்டும் என்கிற உள்எண்ணத்தையும் கொண்ட பேராசையும் சோம்பேறி வாழ்க்கைப் பிரியமுமேயாகும். (பெரியார் சுயமரியாதைப் பிரச்சார நிறுவன வெளியீடாகிய 'பெரியார் களஞ்சியம்' தொகுதி - 1, பக்: 78).

என்று கூறி மதப்பற்று, சாதிப்பற்று, தேசப்பற்று என்கிற எல்லாப் பற்றுகளுமே கட்டமைக்கப்பட்டவைதாம் என வலியுறுத்துவதோடு இக்கட்டமைப்பிற்குப் பின்னாலுள்ள அரசியல், பொருளாதார நலன்களையும் சுட்டிக்காட்டிவிடுகிறார். இராசிபுரத்தில் தாழ்த்தப்பட்ட

மக்களை நோக்கிப் பேசும்போது,

> எந்தக் கட்சியிலும் நீங்கள் சேரக்கூடாது என்று சொல்ல வேண்டியவனாய் இருக்கிறேன். உங்களுக்குள் தேசாபிமானம் என்ற யோக்கியமற்ற சூழ்ச்சிக்கு நீங்கள் ஆளாகக்கூடாது. அது சோம்பேறிகள், காலிகள் ஆகியவர்கள் பிழைப்புக்கு ஏற்படுத்தப் பட்ட மோட்சம், நரகம் போன்ற மூடநம்பிக்கையாகும். இன்றைய தேசாபிமானம் என்பது உங்களுடைய சுயமரியாதையையும் முற்போக்கையும் தடுப்பதாகவே இருந்துவருகிறது. அதற்காகவே தேசாபிமானம் கற்பிக்கப்பட்டது என்றுகூடச் சொல்லலாம். *(ஆ.தொ. பக்: 68-70)*

என்று குறிப்பிடும் பெரியார் அதே உரையின்போது தாழ்த்தப் பட்டவர்களின் தனித்துவத்திற்கு தேசாபிமானம் எதிராகவே இருக்கும் என்கிறார். வட்ட மேசை மாநாட்டில் தனிப் பிரதிநிதித்துவத்தை ஒழிப்பதுதான் தேசாபிமானம் என்று காந்தியார் சொன்னதை எடுத்துக் காட்டுகிறார். இன்னும்கூட தமிழ்த் தேசியவாதிகள் தாழ்த்தப் பட்டோரின் தனித்துவம் என்கிற கருத்தாக்கத்தை வன்மையாக எதிர்ப்பது இத்துடன் இணைத்துப் பார்க்கப்பட வேண்டிய ஒன்று.

தேசியம் என்பது மேல்தட்டினரால் அவர்களது நலன்களுக்காகக் கட்டமைக்கப்பட்டது என்பதைப் பெரியார் மீண்டும் மீண்டும் வற்புறுத்துகிறார்.

> தேசியம் என்னும் பதமும் சரீரப் பிரயாசை ஒரு சிறிதும் எடுத்துக் கொள்ள இஷ்டமில்லாமல், நெஞ்சத்தில் அழுக்குப் படாமல், பாமரர்களை ஏமாற்றிப் பிழைக்கவும், கீர்த்தி பெறவும் கண்டு பிடிக்கப்பட்ட ஒரு சாதனமாகும். *(ஆ.தொ. பக்: 371).*

> பொதுவாக தேசியம் என்னும் வார்த்தையே அர்த்தமற்றது என்றும், மோசக்கருத்து கொண்டது என்றும், அதில் பணக்காரத் தன்மை பிரதிபலிப்பதோடு, பணக்காரத் தன்மையை ஆதரிப்பதற்கென்றே கற்பிக்கப்பட்டதென்றும் பல தடவை கூறிவந்திருக்கிறோம்.

> நாம் மாத்திரமல்ல, பல மேல்நாட்டு அறிஞர்களும் தேசியத்தின் தன்மையைப் பற்றிக் குறிப்பிட்டிருக்கிறார்கள். ஜான்சன் என்கிற ஒரு மேதாவி, 'தேசியம் (தேசாபிமானம்) என்பது ஒரு வடிகட்டின அயோக்கியத்தனம்' என்று குறிப்பிட்டிருக்கிறார். இந்த அபிப்ராயம் முதன்முதலில் தேசியம், தேசாபிமானம் என்கிற வார்த்தைகள் எங்கு உண்டானதோ அங்கு ஏற்பட்ட அபிப்ராயமே தவிர

இந்தியாவில் 'தேசிய விரோதிகள்', 'தேசத்துரோகிகள்', 'சர்க்கார் குலாம்கள்' (அதாவது தாங்கள் — அ.மா) என்று கருதப்படுகிறவர் களால் சொல்லப்பட்டதல்ல...

தேசம், தேச மக்களுக்கு பொது தேசத்தின் செல்வம், விளைபொருள், போக்குவரத்து, வர்த்தகம், தொழிற்சாலை ஆகியவற்றின் பலன்கள் இந்தத் தேசத்து எல்லா மக்களுக்கும் பொது என்று சொல்லக்கூடிய காரியங்கள் தேசாபிமானத்தில் இல்லவும் இல்லை (ஆ.தொ. பக்: 380, 381).

என்றெல்லாம் கூறும் பெரியார் மேனாடுகளில் தேசியம் பணக்காரத் தன்மையால் கட்டமைக்கப்பட்டது, இங்கே பணக்காரத் தன்மையோடு 'மேற்'சாதித் தன்மையையும் சேர்த்துக்கொள்ள வேண்டும் என்கிறார். அகில இந்தியத் தேசத்தின் பார்ப்பன பனியா—சத்திரியப் பின் புலத்தையும், தமிழ்த் தேசியத்தின் வேளாள—செட்டியார் மற்றும் ஆதிக்க சாதிப் பின்புலத்தையும் நாம் அவ்வளவு எளிதாக மறந்துவிட இயலாது. நம்நாட்டுத் தேசியவாதிகளைப் பற்றிச் சொல்ல வரும்போது,

மக்கள் சாதி பேதத்தையும், மதபேதத்தையும் ஒழிக்க தேசிய வாதிகள் கவனிக்காமலிருப்பது மாத்திரமல்லாமல், அவற்றை நிலைநிறுத்தவும் வலுப்படுத்தவும் முயற்சிக்காமலிருப்பதும் இல்லை. (ஆ.தொ. பக்: 373)

என்று கூறும் பெரியார் அன்றையச் சூழலில் சாதி எதிர்ப்பு மசோதாக் களைக் கொண்டுவருவதில் 'தேசத்துரோகிகள்' முன்னிற்பதையும் தேசியவாதிகள் இதற்கு எதிராக நிற்பதையும் அடையாளம் காட்டுகிறார்.

பிறிதோரிடத்தில் 'தேசிய வியாபாரத்'தைக் கடுமையாகச் சாடும் பெரியார்,

இந்த நாட்டில் பொதுமக்களின் நலத்திற்கும் பாதுகாப்பிற்கும் ஒழுக்கத்திற்கும் விரோதமானது என்று சொல்லத்தகுந்த கள், சாராயக்கடை, சூதாடுமிடம், விபசார விடுதி, கொள்ளைக் கூட்டத்தார் முதலிய எல்லா ஒழுக்கமும் நாணயமும் கெட்ட துறைகள், இயக்கங்கள் என்பவைகளையெல்லாம்விட மிக்க மோசமான துறையாகவும் ஸ்தாபனமாகவும் உள்ள இடத்தை மேற்படி தேசிய வியாபாரம் அடைந்துவிட்டது. இது மாத்திர மல்லாமல் எந்தவிதமான யோக்கியர்களையும், இன்றையத்

தேசியமானது அயோக்கியர்களாக்கத் தயாராக இருப்பதோடு, வெளியில் இருக்க முடியாமல் உள்ளே இழுத்துப் போட்டுக் கொள்ளுகிறதாகவே இருக்கிறது. (ஆ.தொ. பக்: 375, 376).

என்று தேசியத்தை ஒழுக்க விரோதமானதாகவும் கண்டிக்கிறார்.

இங்கொன்றைச் சொல்வது முக்கியம். பெரியாரைத் (தமிழ்த்) தேசப் பிரிவினைவாதியாகச் சுட்டிக்காட்ட முயல்வோர், பெரியார் இங்குக் குறிப்பிடுவதெல்லாம் அகில இந்தியத் தேசியத்தைத்தான் எனச் சொல்லித் தப்பிக்க முயலலாம். ஆனாலும் பெரியார், அவர்களுக்கு இந்த வாய்ப்பை அளிக்கத் தயாராக இல்லை. அவரது அரசியல் வாழ்வின் முதற் கட்டத்தில் ஓங்கி நின்ற அகில இந்தியத் தேசியம் என்பதே அன்று அவரது பிரதான இலக்காக இருந்தது என்றாலும் தேசியம் குறித்த அவரது சிந்தனைகள் அகில இந்தியத் தேசியம் என்கின்ற எல்லைக்குள் ஒடுங்காமல், ஒட்டுமொத்தமாய்த் தேசியம் குறித்த விமர்சனமாகவே இருந்தது. இதனை அவர்,

நான் இந்திய சாம்ராஜ்யம், இந்தியத் தேசாபிமானம் என்பதைப் பற்றி மாத்திரம் பேசுவதாக நினைத்துவிடாதீர்கள். உலகத்திலுள்ள எல்லாத் தேசத்தின் தேசாபிமானங்களையும், சுயராஜ்யங்களையும் தெரிந்துதான் பேசுகிறேனேயொழிய கிணற்றுத் தவளையாய் இருந்தோ வயிற்றுச் சோற்றுச் சுயநல தேசபக்தனாக இருந்தோ நான் பேச வரவில்லை.

எந்தத் தேசத்திலும் எப்படிப்பட்ட சுயராஜ்ஜியத்திலும் குடியரசு நாட்டிலும் ஏழை-பணக்காரன், முதலாளி-தொழிலாளி வித்தியாசம் இருந்துதான் வருகிறது. நம் நாட்டில் இவைகள் மாத்திரமல்லாமல் பார்ப்பான்-பறையன், மேல்சாதி-கீழ்சாதி ஆகிய அர்த்தமற்ற அயோக்கியத்தனமான வித்தியாசங்களும் அதிகப்படியாக இருந்து வருகின்றன. இவைகளை அழிக்கவோ ஒழிக்கவோ இன்றைய தேசாபிமானத்திலும் சுயராஜ்ஜியத்திலும் கடுகளவாவது யோக்கிய மான திட்டங்கள் இருக்கின்றனவா என்று உங்களைக் கேட்கிறேன். *(ஆ.தொ. பக்: 383,384)*

என்று வெளிப்படையாகவே முன்வைத்துவிடுகிறார். எல்லாத் தேசியங்களுமே இப்படித்தான்; சாதியச் சூழலில் தேசியம் இன்னும் மோசமானதாகவே இருக்கும். அங்கே பணக்காரன் தன்னுடைய ஆதிக்கத்திற்காகத் தேசீய அரசியல் நடத்துகிறான் என்றால் இங்கே 'மேல்சாதி'க்காரன் தன்னுடைய அதிகாரத்திற்காக தேசிய அரசியல் பேசுகிறான். இறுதியாக,

இப்படிப்பட்ட தேசாபிமானம், சுயராஜ்ஜியாபிமானம் என்கிற சூழ்ச்சிகளையும், தந்திரங்களையும் விட்டுவிட்டு 'மனித ஜீவ அபிமானம்' என்கிற தலைப்பின் கீழும், கொள்கையின் கீழும் எல்லாரும் ஒன்று சேர்கின்ற வரையில் நான் 'தேசத்துரோகி'யாக இருந்து தேசாபிமானப் புரட்டையும், சுயராஜ்ஜியப் புரட்டையும் (அதாவது தேச அரசு – அ.மா) வெளியாக்காமல் இருக்க முடியாது.

என்று அவ்வுரையை முடிக்கிறார். பிறிதோரிடத்தில் பேசவரும்போது,

தேசாபிமானம், தேசபக்தி என்பவைகள் சுயநல சூழ்ச்சி என்றும், தனிப்பட்ட வகுப்பு மக்களால் தங்கள் வகுப்பு நலத்துக்காகப் பாமர மக்களுக்குள் புகுத்தப்படும் ஒரு (வெறி) போதை என்றும் பல தடவைகள் நாம் சொல்லிவந்திருக்கின்றோம்.

மற்றும் தேசாபிமானம் என்பது காலிகளுக்கு ஏற்பட்ட கடைசி ஜீவன மார்க்கம் என்று மேனாட்டு அறிஞர் ஒருவர் கூறியது ஆப்தமொழி என்றும் பல தடவைகள் எடுத்துக்காட்டி இருக்கிறோம்.

இவற்றை எந்த ஒரு தேசபக்தனும் தேசாபிமானியும் இதுவரை மறுக்கவேயில்லை என்பதோடு இவ்வாப்த வாக்கியங்கள் நிறைந்த ஆங்கிலப் புத்தகங்கள் பாடப் புத்தகங்களாகவும் வைக்கப்பட்டு வந்திருக்கின்றன. இனியும் யாருக்காவது இவற்றில் சந்தேகம் இருக்குமானால் இன்றைய அபிசீனியா—இத்தாலி யுத்த மேகங் களையும், இடியையும் மின்னலையும் பார்த்தால் கண்ணாடியில் முகம் தெரிவது போல விளங்கும்.

இளைத்தவனை வலுத்தவன் கொடுமைப்படுத்துவதும், ஏமாந்தவனைத் தந்திரசாலி ஏமாற்றுவதும் இன்று ஆஸ்திகர் களுடைய கடவுள்களின் இரண்டு கண்களாகவும் தேசபக்தர்கள், தேசாபிமானிகள் என்பவர்களின் ஜீவ நாடியாகவும் இருந்து வருகின்றன. *(ஆ.தொ. பக்: 385, 386)*

எனத் தேசியக் கற்பிதத்தின் ஆபத்துகள் பற்றியும் தேசியவெறியின் அடிப்படையிலான போர் அழிவுகள் குறித்தும் உலக அளவில் பல எடுத்துக்காட்டுகளையும் முன்வைக்கிறார். தேசபக்தி என்கிற வெறியூட்டி தேசப்பாதுகாப்பு, பாதுகாப்புச் செலவினங்கள் முதலியன விமர்சனத்திற்கு அப்பாற்பட்டவை என்கிற நிலையை ஏற்படுத்தி, ஏழை எளிய நாடுகளின் மிகக் குறைந்த வருமானங்களில் மிகப்பெரும் பகுதியை பாதுகாப்புக்கென ஒதுக்கி, அதன் மூலம் ஏராளமான லஞ்ச ஊழல்களுக்கு வழிவகுத்துத் தேசியவாதிகள் பயனடைகிற

இன்றைய நடவடிக்கைகளை நாம் நினைவிற்குக் கொண்டு வந்தால் 'தேசியம் ஓர் ஒழுக்கக் கேடு' என்கிற பெரியாரின் கூற்று விளங்கும். அகில இந்தியத் தேசியம் மட்டுமல்ல எல்லாத் தேசியங்களுமே இப்படித்தான் என்கிற தெளிவான புரிதலோடு இயங்கிய ஓர் எதிர்த் தேசியவாதிதான் பெரியார்.

5

பெரியாரின் தமிழ்நாட்டுப் பிரிவினைக் கோரிக்கையும் தமிழ்த் தேசியமும்

பெரியார் திராவிடநாட்டுப் பிரிவினையையும் பின்னர் இறுதிவரை தமிழ்நாட்டுப் பிரிவினையையும் கோரியவர். 'தமிழ்நாடு தமிழருக்கே' என்று முழங்கியவர். மரணத்தை நெருங்கிக்கொண்டிருக்கும் போதும் கூட இதற்காகப் போராடத் தயாராகுமாறு மக்களுக்கு அறைகூவல் விடுத்தவர். எனவே பெரியாரைத் தமிழ்த் தேசியவாதி எனச் சொல்லலாமா?

தேசியம் ஒரு கற்பிதம்; இயற்கையான ஒன்றல்ல; கட்டமைக்கப் பட்டது எனச் சொன்னவர் பெரியார். தேசியம் எவ்வாறு கற்பிக்கப் படுகிறது? இந்தக் கற்பித முயற்சியில் கதையாடல்கள் பெரும்பங்கு வகிக்கின்றன. தமிழ்த் தேசப் பெருங்கதையாடல்களைப் பொறுத்த மட்டில் தமிழ்ப்பற்று, சங்கப் பெருமை, சிலப்பதிகாரம், கண்ணகியின் கற்பு, கனக விசயர் தலையில் கல் ஏற்றியது, ராஜராஜ சோழன், ராஜேந்திரசோழன், அனுராதபுரத்தையும் பொலனறுவையையும் தீக்கிரையாக்கிய தீரம், கல் தோன்றி மண் தோன்றாக் காலப் பழமை, காவிரிச் சிறப்பு, சைவப் பெருமை, பெரியகோயில்... என்கிற ரீதியிலான பெருங்கதையாடல்களின்றித் தமிழ்த் தேசமில்லை. அண்ணா தொடங்கி இன்றைய தமிழ்த் தேசியர்வரை இந்தப் பெருங் கதையாடல்கள் அனைத்தையுமோ பெரும்பாலானவற்றையோ பேசியவர்கள்தாம்; பேசி வருபவர்கள்தாம். பொதுவுடைமைக் கட்சியில் இருந்தவரை 'அஸ்வகோஷ்' என்ற அவைதீக மரபில்வந்த பெயரைச் சூடி இடம் வந்த தோழர் ஒருவர் தமிழ்த்தேசக் கட்சிக்கு வந்த பின்னர் 'இராஜேந்திர சோழன்' என்கிற வைதீக மரபில் வந்த பெயரைத் தாங்கி வலம்வருவதை நாம் அறிவோம்.

தமிழ்நாட்டுப் பிரிவினை குறித்துப் பெரியார் பேசி வந்த போதிலும், அதற்காகத் தீவிரமான போராட்டங்களை அறிவித்த போதும் அதற்கெனப் பெருங்கதையாடல் எதையும் அவர் விரித்த தில்லை. சொல்லப்போனால் பெரியார் எது குறித்துமே எந்தப் பெருங்கதையாடல்களையும் விரித்ததில்லை. எல்லாப் பெருங் கதையாடல்களையும் 'வெங்காயம்' என உரித்தெறிவதே அவரது வாடிக்கையாக இருந்தது.* தமிழ்த் தேசப் பெருங்கதையாடல்களும் அவரது கட்டுடைப்பிற்குத் தப்பியதில்லை. தமிழைக் காட்டு மிராண்டிமொழி என அவர் சொன்னதொன்றே இதற்கு ஒரு சிறந்த எடுத்துக்காட்டு. நமது வரலாற்றுப் பெருமைகளை அவரைப் போல நகையாடியவர் யாருமில்லை.

பெருங்கதையாடல்களினூடாக ஊட்டப்படும் தேசிய வெறி பாசிச மாக உருப்பெறுவதை வேறு சில சந்தர்ப்பங்களில் பேசியுள்ளோம்.

தமிழர்களுக்கான ஒரு நாடு என்பதற்காகவோ, தமிழ்ப் பெருமை அல்லது தமிழ்ப் பண்பாட்டை முதன்மைப்படுத்தியோ, அல்லது அவற்றைக் காப்பதற்கென்று சொல்லியோ பெரியார் தமிழ்நாட்டுப் பிரிவினை கோரவில்லை. 'வடக்கு வாழ்கிறது; தெற்கு தேய்கிறது' என்பது போன்ற முழக்கங்களைக்கூட அவர் பெரிதாய் முழங்கித் திரிந்ததில்லை. 'வடவர்' என்கிற 'எதிரி'யைக் காட்டிலும் ஆரியர், பார்ப்பனர் என்கிற எதிரிகளையே அவர் முன்னிலைப்படுத்தினார். இஸ்லாமியரையும் தாழ்த்தப்பட்டவர்களையும் அவர்கள் எம்மொழி பேசியவராயினும், இந்தியாவின் எப்பகுதியில் பிறந்தவராயினும் அவர்களைப் பெரியார் 'பிற'ராகக் கட்டமைக்கவில்லை. ஆனால், இன்றைய தமிழ்த் தேசியர்கள் அம்பேத்கரை வடக்கத்தியர் என ஒதுக்குவதும் தெலுங்கு பேசுகிற சக்கிலியர்களுக்கு இட ஒதுக்கீடு கூடாது எனச் சொல்வதும் முசுலிம்கள் தமிழ்ப்பற்றோடு இருக்க வேண்டும் என மிரட்டுவதும் ஒப்பிடற்குரியன.

சாதி ஒழிப்பை, பார்ப்பன ஆதிக்க எதிர்ப்பை முதன்மைப்படுத்தி இயங்கிவந்த பெரியார் சாதிக்கும் பார்ப்பனியத்திற்கும் ஆதாரமாக இருப்பது இந்துமதமும் இந்திய அரசியல் சட்டமும்தாம் என உறுதியாக நம்பினார். 'நம் மக்கள் எளிதில் மதம் மாறமாட்டார்கள். மதம்மாறுவதை இழிவாய்க் கருதுபவர்களாவார்கள் ' (ஆ.தொ. பக்:

---

* வெங்காயம்' எனப் பெரியார் அடிக்கடிச் சொல்லிவந்ததை அவரது கட்டவிழ்ப்புச் செயல்பாடுகளோடு பொருத்திச் சொன்னவர் திண்டுக்கல் சிவா.

1980-81). எனவே இந்துமதத்திலிருந்து வெளியே வாருங்கள் என அழைப்பதற்குப் பதிலாக இந்திய அரசியல் சட்டத்திலிருந்து விடுதலை பெறுவோம் என அழைத்தார் அவர். அதாவது சாதியை, பார்ப்பனியத்தை எதிர்க்க இந்தியத் தேசியத்திலிருந்து விடுபட வேண்டும் என்பதுதான் அவருடைய அணுகல்முறை.

அப்படியானால் சாதிக்கும் பார்ப்பனியத்திற்கும் ஆதாரமாக இருக்கும் நிலையை இந்திய அரசியல் சட்டம் கைவிட்டுவிட்டால் பெரியார் இந்தியத் தேசியத்திலேயே இருக்கச் சம்மதித்திருப்பாரா? ஆம். சாதி விசயத்தில் சட்டத்தைத் திருத்த இந்திய மய்ய அரசு தயாராயிருந்தால் தனித் தமிழ்நாடு வேண்டாம்; இந்தியத் தேசியத்துக் குள்ளேயே இருந்துவிடுகிறேன் என்றார் பெரியார்.

மக்கள் உணர்ச்சியை, மானத்தை இலட்சியம் செய்கிற அரசாங்கமாய், மக்கள் நலனுக்காக ஆட்சி செய்யப்படுகிற ஆட்சி யானால் உடனே சட்டசபை கூடி மக்களில் சூத்திரர் இல்லை, கீழ் ஜாதி இல்லை, எல்லாரும் சமம் என்று சட்டம் செய்திருக்க வேண்டாமா?

அதப்படி செய்யாததால் மான உணர்ச்சியுள்ள மக்கள் ஒன்றுகூடி அரசாங்கத்தை 'சட்டம் செய், எங்கள் இழிவை நீக்கு' என்று கேட்கிறார்கள். இதில் தப்பு என்ன? யோக்கியமான அரசாங்கம் இதைச் செய்ய வேண்டும். செய்யாவிட்டால் காரணம் சொல்ல வேண்டும். இரண்டும் இல்லாமல், 'பிரிவினை கேட்கிறான், நடவடிக்கை எடு' என்று சொன்னால், மிரட்டினால், கேட்கும் மனிதன் பயந்துகொண்டு சும்மா இருந்துவிடுவானா? சட்டத்தை மாற்றாவிட்டால் ஆட்சியை மாற்ற வேண்டியதுதான் கடமையாகும் என்றுதானே கருதிக்கொள்ளுவான்; செயல்படுவான்; இதில் தப்பு என்ன?

எனவே அம்மையார் (இந்திரா காந்தி — அ. மா) மக்கள் நாட்டுப் பிரிவினை கேட்கக்கூடாது; இந்திய ஆட்சியில் குடிமகனாகவே இருக்க வேண்டும் என்ற எண்ணம் கொண்டவராய் இருந்தால், இந்திய ஆட்சியில் பிராமணர் இல்லை; சூத்திரர் இல்லை; பார்ப்பான் தாசிமகன் இல்லை; எல்லா குடிமக்களும் சம அந்தஸ்துள்ள சகோதரத்தன்மை உள்ள மக்கள் ஆவார்கள் என்று சட்டம் செய்யட்டும். ஜனாதிபதியைக் கொண்டு அவசரச் சட்டம் பிரகடனம் செய்யட்டும்.

அப்படி இல்லாவிட்டால் பிரிவினைதான்! பிரிவினைதான்! பிரிவினைதான்!!! முக்காலும் முடிவு ஆக வேண்டியது ஆகும்.

நான் இன்று பிரிவினை கேட்கவில்லை. கேட்கிறேன் என்றால் நிபந்தனை இல்லாமல் கேட்கவில்லை. (விடுதலை 23-11-1973. எஸ்.வி.ஆர். எழுதி தமிழ் முழக்கம் வெளியீடாக வந்துள்ள 'பெரியார் மரபும் திரிபும்' நூல். பக்: 270, 271)

என்பது அவரது இறுதிக் கூற்றுகளில் ஒன்று. தேசம் என்பதைப் பிரதானப்படுத்தாமல், தேசம் குறித்த எந்தப் பெருங்கதையாடலிலும் சரணடையாமல் தமது நோக்கத்தைப் பெரியார் வெளிப்படுத்தி யுள்ளது கவனிக்கத்தக்கது.

'யார்தான் நிபந்தனை இல்லாமல் பிரிவினை கேட்கிறார்கள்?' எனச் சொல்லிப் பெரியாரை ஒரு தேசியவாதியாகக் காட்ட முயல்வதை நாம் ஏற்க இயலாது. அப்படியாயின் இன்று தமிழ்த் தேசப் பிரிவினை கோருவோர் முன்வைக்கும் நிபந்தனை யாது, அந்நிபந்தனை யாருடைய நலன் நோக்கிலானது, பெரியார் விதித்த நிபந்தனையை இவர்கள் ஏற்றுக் கொள்கின்றனரா என்று நாம் கேட்டாக வேண்டியுள்ளது. இந்துமதம் குறித்தெல்லாம் நாங்கள் இன்று பேச இயலாது என்கிற ரீதியில் பழ. நெடுமாறன் அவர்கள் கூறியுள்ளது இங்கே ஒப்புநோக்கத்தக்கது. (பார்க்க: தலித் முரசு, ஜனவரி, 2000)

எனவே, பெரியார் கோரியது பிரிவினையா இல்லையா என்கிற ரீதியில் பிரச்சினையை அணுகிச் 'சரியான பதிலை'த் தேடாமல் பெரியார் ஒரு தேசியவாதியா இல்லையா எனக் கேள்வியையே நாம் மாற்றிப் போட வேண்டியுள்ளது. ஆய்வுச் சட்டகத்தையே புரட்டிப் போட வேண்டியிருக்கிறது. இப்படி மாற்றிப்போடுவதே பெரியாரின் பன்முகப் பரிமாணங்களை விளங்கிக்கொள்ளப் பயன்படும். புதிய சிந்தனை உசுப்பல்களுக்கும் வழிவகுக்கும்.

***

(பார்க்க: எஸ்விஆரின் முன் குறிப்பிட்ட நூல் ராஜதுரைக்கும் திராவிடர் கழகத் தலைவர் கி. வீரமணி அவர்களுக்குமிடையிலான விவாதத்தைத் தோழர்கள் கவனமாகப் படிக்க வேண்டுகிறேன்.)

6

பகுத்தறிவு, ஒழுக்கம், தியாகம், பொது நன்மை, பொதுநோக்கு... எல்லாமே வெங்காயங்கள்தாம்!

பெருங்கதையாடல்கள் எதையுமே பெரியார் உருவாக்கவில்லை என எப்படிச் சொல்வது, 'பகுத்தறிவு' என்கிற பெருங்கதையாடலை அவர் முன்வைக்கவில்லையா? - என்கிற கேள்வி எழலாம்.

பகுத்தறிவு என்பது மனிதனுக்கு ஜீவநாடி உயிர்நாடி ஆகும். ஜீவராசிகளில் மனிதனுக்கு மட்டுந்தான் பகுத்தறிவு உண்டு. இதில் எவ்வளவுக்கெவ்வளவு தாழ்ந்த நிலையில் இருக்கிறானோ அவ்வளவுக்கவ்வளவு காட்டுமிராண்டி என்பது பொருள்.
(ஆ.தொ. பக்: 1129)

என்று பகுத்தறிவின் புகழ்பாடியவர் அவர். பகுத்தறிவாளர் கழகங்களை அமைப்பது திராவிட கழகச் செயற்பாடுகளில் ஒன்றாக இருந்தது. ஆனால், மதத்தின் ஆட்சி என்பதற்குப் பதிலாக பகுத்தறிவுப் பார்வை என்கிற அளவில்தான் அவரது இந்தச் சொல்லாடல்கள் அமைந்தன.

தமிழைக் காட்டுமிராண்டிமொழி என அவர் சொன்னதுகூட இந்தப் பொருளில்தான். மதத்திலிருந்து பிரிக்கப்படாதது என்கிற வகையில் தமிழ், பகுத்தறிவில் தாழ்ந்த நிலையில் உள்ளது. எனவே அது காட்டுமிராண்டி மொழி, அவ்வளவுதான்.

எல்லாப் பிரச்சினைகளுக்கும் எல்லா மக்களுக்கும் எல்லாக் காலங்களுக்குமான முரணற்ற தீர்வாக அவர் பகுத்தறிவு உட்பட எதையும் முன்வைக்கவில்லை. முற்றுண்மையான (Absolutes) வரையறைகளை உருவாக்குதல், முழுமையான கோட்பாட்டு உருவாக்கங்களைச் செய்தல் என்பதற்கு அவர் தொடர்ச்சியாக

எதிராகவே இருந்தார். அவரது கட்டவிழ்ப்பிற்குப் பகுத்தறிவும் தப்பவில்லை.* பகுத்தறிவு மற்றும் மனிதஜீவிகள் குறித்த அவரது கீழ்க்கண்ட மதிப்பீடுகள் இதைத் தெளிவாக்கும்.

ஆகாரம், நித்திரை, ஆண்-பெண் சேர்க்கை ஆகிய தேவைகளில் மற்ற ஜீவன்களிடம் உள்ள தேவைகளே மனிதனிடமும் காணப் படுகின்றன. இன்னும் பேசப் போனால் மற்ற ஜீவன்களையும்விட அதிகமாகவும் காணப்படுகின்றன. அதிருப்தி என்ற கெட்ட குணம் மனிதனிடமே அதிகமாக இருக்கிறது. வேலை என்ற கெட்ட குணமும் மனிதனுக்கே அதிகமாய் உண்டு. தன் இனத்தை அடிமைப்படுத்தி அதைக் கொடுமைப்படுத்தி வாழும் கெட்ட குணமும் மனித ஜீவனிடத்திலேயே அதிகமாய் இருந்து வருகின்றது. தனக்குத் தெரியாததையும் புரியாததையும் பற்றி நம்புதல், பேசுதல், நம்பச் செய்தல் முதலிய மூடத்தன்மைக் குணம்' மனித ஜீவனிடத்தல் அதிகமாய் இருந்து வருகிறது. இது போன்ற எத்தனையோ கெட்ட குணங்கள் மனித ஜீவன் தனது பகுத்தறிவின் பயனாகவே உடையதாக இருக்கிறது. ஆகையால் பகுத்தறிவின் மேன்மையால் மனித ஜீவன் சிறந்தது என்று எப்படிச் சொல்லிச் செல்ல முடியும்? *(ஆ.தொ.பக். 1132-33)*

என்று கேட்பவர் மற்றோரிடத்தில்,

தன் பிள்ளை, குட்டி, பேத்து, பிதிர் ஆகிய பின் சந்ததிகளைப் பற்றிய முட்டாள்தனமான கவலை பகுத்தறிவுள்ள மனிதனுக்குத்

---

* எல்லாக் காலங்களுக்கும் எல்லா மக்களுக்குமான பொதுப் பார்வையை Universalism என்பர். இதற்கு நேரெதிராக எல்லாவற்றையுமே சார்பாகப் பார்ப்பது Relativism. ஆனால் Relativismத்தில் எல்லாம் சார்பானவையே என்னும் கருத்து Universal ஆக முன் வைக்கப்படுவது ஒரு முரண்பாடு. எனவே இவற்றிற்கு மாற்றாக நீட்ஷே, ஃபூக்கோ முதலானோரின் பார்வைகளை Fallibilism, Perspectivism முதலான கருத்தாக்கங்களில் குறிப்பிடுவர். எல்லாப் பார்வைகளும் தவறுகளுக்குச் சாத்திய மானவை (Fallible). எல்லா உண்மைகளும் அவரவர் பார்வையில் சொல்லப்படும் வெறும் விளக்கங்களே. (விளக்கங்கள் குறித்த இந்த விளக்கம் உட்பட) என்கிற புரிதலோடு இங்கே பிரச்சினைகள் அணுகப்படுகின்றன. என்னைப் பொறுத்த வரையில் இது சரி. இந்த அடிப்படையில் நான் இன்று செயல்படுவேன், போராடுவேன். ஆனால் இது தவறாவதற்கான சாத்தியங்களை நான் உணர்வது மட்டுமல்ல இன்னொருவருக்கு இது சரியாக இருக்க வேண்டிதில்லை என்கிற புரிதலோடும் என் செயற்பாடுகள் அமையும். பெரியார் சிந்தனைகளில் இந்நிலை ஊடாடி நிற்பதை ஒருவர் விளங்கிக்கொள்ள இயலும். இதுகுறித்து மேலும் விளக்கம் பெற ஆர்வமும் அக்கறையும் உடையோர் Nietsche, Focault முதலியோரைப் பயிலலாம்.

தான் இருக்கிறதேயொழிய பகுத்தறிவில்லாதவைகளுக்கு இல்லை. பகுத்தறிவில்லாத எந்த ஜீவராசியும் தன் இனத்தை வருத்தி வாழ்வதில்லை; தன்இனத்தைக் கீழ்மைப் படுத்துவ தில்லை; தன் இனத்தின் உழைப்பிலேயே வாழ்வதில்லை; தன் இனத்தின்மீது சவாரி செய்வதில்லை.

பகுத்தறிவுள்ள மனிதன் தன் இனத்தைக் கீழ்மைப்படுத்துகிறான். வாகனமாய் உபயோகப்படுத்துகிறான். சோம்பேறியாய் இருந்து தன்குலத்தின் உழைப்பிலேயே வாழ்கிறான். பாடுபட ஒரு கூட்டமாகவும் பயன் அனுபவிக்க இன்னொரு கூட்டமாகவும் பிரிந்துகொள்கிறான்.

உதாரணமாக நாய், கழுதை, பன்றி என்கின்ற 'இழிவான' மிருகக் கூட்டத்தில் பார்ப்பன சாதி, பறைசாதி, நாயுடு சாதி, முதலிசாதி என்கின்ற பிரிவுகள் கிடையா. ஆனால் மனித வர்க்கத்தில்தான் தன்இனத்தையே பிரித்து இழிவுபடுத்தப்படுகின்றன.

மனிதன்மீது மனிதன் சவாரி செய்கிறான். மனிதன் உழைப்பை மனிதன் கொள்ளை கொள்கிறான். மனிதனை மனிதன் வஞ்சிக்கிறான். பகுத்தறிவின் பயன் இதுவாக இருக்கும்போது மனிதன் நேர்மையானவன் என்று எப்படிச் சொல்ல முடியும்? (ஆ.தொ. பக்: 1115)

என்று வினவுகிறார். மனித ஏற்றத்தாழ்வுகள் பகுத்தறிவின் மூலமே நியாயப்படுத்தப்படுகின்றன. பகுத்தறிவின் ஆட்சி நடைபெறுகிற மேலை நாடுகளும் இதற்கு விதிவிலக்கல்ல. வரலாற்றில் ஏற்றத்தாழ்வு களையும் அதிகாரங்களையும், சுரண்டல்களையும் நியாயப்படுத்துகிற காரியத்தை அறிவும், தர்க்கமும் சிறப்பாகவே செய்துவந்துள்ளன; வருகின்றன. அறிவின் இந்த வன்முறையைப் பெரியார் விளங்காதவர் அல்லர்.

எதையும் பொதுமைப்படுத்த (universalise) இயலாது என்கிற புரிதலும் பெரியாருக்கு இருந்தது. ஒழுக்கம் பற்றிய அவரது சொல்லாடலில் இது வெளிப்படுவதைக் காண முடியும்.

கடவுளின் ஒழுக்கக் கேடுகளை அவர் கண்டித்துள்ள விவரங்களை நாம் அறிவோம். நம்மிடத்தில் ஒழுக்கம் இருக்கவேண்டும். *(ஆ.தொ. பக்: 1085)*, 'ஒழுக்கக்கேட்டைக் களைந்தே ஆகவேண்டும்' *(ஆ.தொ. பக்: 1087)* எனவும் குறிப்பிடும் அவரே பிறிதோரிடத்தில் பெண்களை நோக்கி 'ஆசைநாயகர்களை வைத்துக்கொள்ளுங்கள்' (ஆ.தொ.

பக்: 108) என்கிறார். மேலும்,

> *உலகில் கற்பு, காதல் என்பன போன்ற வார்த்தைகள் எப்படிப் பெண்களை அடிமைப்படுத்தி அடக்கி ஆளவென்று ஏற்படுத்திப் பயன்படுத்தப்பட்டு வருகின்றனவோ அதுபோலவேதான் ஒழுக்கம் என்னும் வார்த்தையும் எளியோரையும் பாமர மக்களையும் ஏமாற்றி மற்றவர்கள் வாழப் பயன்படுத்திவரும் ஒரு சூழ்ச்சி ஆயுதமேயல்லாமல், அதில் உண்மையோ சத்தோ ஒன்றுமே கிடையாது. கற்பு, காதல், சத்தியம், நீதி, ஒழுக்கம் என்பன எல்லாம் ஒரே தாயின் பிள்ளைகள். அதாவது குழந்தைகளைப் பயமுறுத்தப் பெரியவர்கள் பூச்சாண்டி, பூச்சாண்டி என்பது போல் இவை எளியோரையும் பாமர மக்களையும் வலுத்தவர்களும், தந்திரக்காரர்களும் ஏமாற்றச் செய்த ஒரு பெரும் சூழ்ச்சியேயாகும். (ஆ.தொ. பக்: 1081–82).*

என ஒழுக்கம் என்பதை ஒரு சூழ்ச்சியான கற்பிதமாகக் கண்டிக்கும் பெரியார், ஒழுக்கம் என்பது எவ்வாறு வெவ்வேறு மனிதர்களுக்கு வெவ்வேறு விதமாய்க் கட்டமைக்கப்படுகிறது என்பதை விரிவாக விளக்குகிறார்.

> *தாசிக்கு ஒழுக்கம் ஒரு புருஷனையே நம்பி ஒருவனிடத்திலேயே காதலாய் இருக்கக்கூடாது என்பதாகும். குலஸ்திரீ என்பவளுக்கு ஒழுக்கம் அயோக்கியனானாலும் குஷ்டரோகியானாலும் அவனைத் தவிர வேறு ஒருவனை மனத்தில்கூடச் சிந்திக்கக்கூடாது என்பதாகும். இதுபோலவே முதலாளிக்கு ஒழுக்கம் எப்படி வேண்டுமானாலும் யாரையும் ஏமாற்றலாம் என்பதாகும். தொழிலாளிக்கு ஒழுக்கம் ஒரு வினாடி நேரம்கூட வேலை செய்யாமல் முதலாளிக்குத் துரோகம் செய்யலாகாது என்பதாகும். இந்துவுக்கு ஒழுக்கம் பசுவை இரட்சிக்க வேண்டியதாகும். முஸ்லிமுக்கு ஒழுக்கம் பசுவைப் புசிக்கலாம் என்பதாகும். (ஆ.தொ. பக்: 1081)*

எனக் கூறுவதன் மூலம் வெவ்வேறு பிரிவினரின் நலன்களுக்கான ஒழுக்கங்களில் ஏதொன்றையும் பொது ஒழுக்கமாகப் பிரகடனப் படுத்துவது இயலாது என்கிறார். ஆனால் நடைமுறையில் இத்தகைய கருத்துகளைக் கொண்டிருப்பவர்கள்தான் பொது ஒழுக்கம் பற்றி வாய்கிழிவார்கள். ஒரு சமுதாய நல்வாழ்வுக்கு ஒழுக்கம் தேவை யில்லையா என ஒரு நேர்காணலினூடாக கேட்கும்போது,

> *என்ன நல்வாழ்வு? சமுதாயத்துக்கு என்ன நல்வாழ்வு வரும்? நீங்க பணக்காரன்! நான் ஏழை. இவங்களுக்கு நல்வாழ்வு எங்கே*

வரும்? இதையெல்லாம் காப்பாத்துறதா இருந்தா அதைத்தான் ஒழுக்கம்னு நினைக்கிறோம். உங்ககிட்ட பணம் திருடக்கூடாது நான். நீங்க வியாபாரி, என்னை மோசம் பண்ணி பணம் சேர்த்துடலாம்னு நினைக்கிறீங்க. அப்ப எப்படி ஒழுக்கம் வரும்? (ஆ.தொ. பக்: 1218)

என்று பெரியார் திருப்பிக் கேட்கிறார். மொத்தத்தில்,

இதனால் சுயநலத்தையே பிரதானமாகக் கருதிக் கற்பித்துக் கொண்ட ஒழுக்கங்களை உடைத்தெறிவது சுயமரியாதைக்காரர்கள் கடமை என்பது விளங்கும்

என்று அடித்துச் சொல்கிறார்.

பொதுப் புத்தியில் ஒழுக்கம் என்பது உடல்சார்ந்த இச்சைகளைக் கட்டுப்படுத்துதல் என்கிற ரீதியில் பொருள்கொள்ளப்படுவது நமக்குத் தெரியும். உடல்சார்ந்த இச்சைகளை ஒழுக்கக்கேடு எனப் பெரியார் கூறுவதில்லை. ‘உணர்ச்சியும் இந்திரியச் செயலும், ஆசையும் ஜீவ சுபாவம்’ என்பதோடு, ‘பசி, நித்திரை, புணர்ச்சி, மூன்றும் முக்கிய இயற்கை அனுபவம்’ என்கிறார். (ஆ.தொ. பக்: 173). ஆசையை ஜீவ சுபாவம் என அவர் ஏற்றுக்கொள்வது சிந்திக்கத் தக்கது. எனில், ஒரு பக்கம் ஒழுக்கங்களை உடைத்தெறிய வேண்டும் எனச் சொல்லிவிட்டு, ‘ஆசையை ஜீவ சுபாவம்’ என அனுமதித்து விட்டு,

மனிதனுக்கு ஒழுக்கத்தைப் பரப்பவேண்டும் ஒழுக்கம் பக்தியைவிட முதன்மையானது. (ஆ.தொ. பக்: 1084-85)

என்றெல்லாம் பெரியார் சொல்வதன் பொருளென்ன?

இங்குதான் பெரியாரைப் புரிந்துகொள்ள வேண்டும். எல்லாருக்கும் எல்லாக் காலத்துக்குமான பேரொழுக்கங்களையும், பேரறங்களையும்தாம் பெரியார் மறுக்கிறாரேயொழிய தமக்கும் மற்றதற்குமிடையேயான அறங்களை — சுயேச்சை அறங்களை (Local Ethics) — அவர் மறுக்கவில்லை. நான் உங்கள் வீட்டிற்கு வருகின்றேன். நீங்கள் எனக்குத் தேநீர் தருகிறீர்கள். அதில் விஷம் கலக்கப்படவில்லை என்ற நம்பிக்கையும் கலக்கக்கூடாது என்கிற அறமும் நம்மிடையே செயல்படுகின்றன. பேரறங்களை மறுப்பவர்களின் நோக்கம் இந்தச் சிற்றறங்களை மறுப்பதல்ல.

ஒருவன் மற்றவன் தன்னிடம் எப்படி நடந்துகொள்ள வேண்டும் என்று விரும்புகிறானோ அதைப் போன்றே அவனும்

மற்றவர்களிடம் நடந்து கொள்வதுதான் ஒழுக்கமாகும். *(ஆ.தொ. பக்: 1084)*

என்பதுதான் பெரியாரின் ஒழுக்கம் பற்றி வரையறை. ஏதொன்றையும் சுட்டிக் காட்டுவது அல்லது அதைச் செய்யாதே, இதைச் செய்யாதே என எதிர்மறைப் போதங்கள் செய்வது என்றில்லாமல் பல்வேறு விதமான தூலமான சாத்தியங்களுக்கும் இடமளிப்பதாக இந்த வரையறை அமைந்திருப்பது கவனிக்கத் தக்கது. வேறு வார்த்தை களில் சொல்வதானால், வரையறை குறித்த வரையறைகளையே இங்கு அவர் மீறுகிறார்.

கற்பு பற்றிச் சொல்ல வரும்போது அவருடைய இப்பார்வை துல்லியமாக வெளிப்படுகிறது. குறிப்பான சூழலுக்குத் தகுந்தவாறே கற்பொழுக்கம் அமைய வேண்டும். இதை அவர் 'சுயேச்சைக் கற்பு' என்பார். பேரறங்களும், பெருங்கதையாடல்களும் முன்வைக்கிற கற்பை அவர் 'நிர்பந்தக் கற்பு' என வேறுபடுத்திக் காட்டுவார்.

உண்மையாகப் பெண்கள் விடுதலை அடைய வேண்டுமானால் 'ஒரு பிறப்புக்கொரு நீதி' வழங்கும் நிர்ப்பந்தக் கற்புமுறை ஒழிந்து 'இரு பிறப்புக்கும் சமமான சுயேச்சைக் கற்புமுறை' ஏற்பட வேண்டும். கற்புக்காகப் பிரியமற்ற இடத்தைக் கட்டி அழுதுகொண்டிருக்கச் செய்யும்படியான நிர்ப்பந்தக் கலியாணங்கள் ஒழிய வேண்டும். கற்புக்காகப் புருஷனின் மிருகச் செயலைப் பொறுத்துக் கொண்டிருக்க வேண்டுமென்ற கொடுமையான மதங்கள், சட்டங்கள் மறையவேண்டும். கற்புக்காக மனத்துள் தோன்றும் உண்மையன்பை, காதலை மறைத்துக்கொண்டு, காதலும் அன்புமில்லாதவனுடன் இருக்க வேண்டுமென்ற சமூகக் கொடுமையும் அழியவேண்டும். *(ஆ.தொ. பக்: 117).*

என்கிற கூற்றுக்கு விரிவான விளக்கம் தேவையில்லை. பொது அறம் என்பதற்குப் பதிலாக அவர் முன்வைக்கும் சுயேச்சை அறம் என்கிற சிந்தனை ஆழ்ந்த தத்துவப் பரிமாணங்கள் கொண்டது.

தனித்துவங்களை மறுக்கிற பொதுத்தன்மை என்கிற கருத்தாக் கத்தை அவர் தொடர்ந்து மறுத்து வந்தார். தன்னைப் பற்றிச் சொல்ல வரும்போதுகூட தாம் பொது நன்மையின் பேரால் தொண்டு செய்ய வரவில்லை *(ஆ.தொ. பக்: 77)* என்று சொல்லிக்கொண்டார். பொதுநலம், பொதுத் தொண்டு, பொதுநல உணர்ச்சி முதலிய வற்றையும் அவர் கேலி செய்தார். *(ஆ.தொ. பக்: 1137-1141).* எல்லா வற்றிற்கும் அடிப்படை சுயநலமாகவே இருக்கும்போது அவற்றைப்

பொதுநலம் என நம்ப வைப்பது யாரை ஏமாற்ற? மொழி பற்றிச் சொல்லவரும் போதுகூட 'மொழியானது சமுதாயத்திலுள்ள சூழ்நிலைக்கு ஏற்றதுதானேயொழிய பொதுவாழ்விற்கு, உணர்ச்சிக்கு ஏற்றதல்ல' *(ஆ.தொ. பக்: 986)* என்றார்.

பொதுத்தன்மையை மறுப்பது என்பதன் பொருள் எல்லா வற்றையும் மறுத்துவிட்டு 'சும்மா' இருக்கும் செயலின்மையல்ல. தாராளவாதத்தின் (Anarchism / Liberalism) இன்னொரு பக்கம் தனக்கும் மற்றதுக்குமான அறத்தை மறுப்பதோ, செயலின்மையோ அல்ல. பெரியாரது வாழ்வும் நடைமுறைகளும் அரசியலுமே இதற்குச் சாட்சிகளாக அமைகின்றன.

'மொழிபற்றுக்குரியதல்ல' எனச் சொல்வதென்பது மொழியை வெறுப்பதென்பது அல்ல. அதேபோல ஒரு மொழியை விரும்புவ தென்பதும் அது புனிதமானது, பழமையானது அல்லது தாய்மொழி என்பதற்காக அல்ல.

> நமது மேன்மைக்கு நமது தகுதிக்கு நமது முற்போக்குக்கு ஏற்ற மொழி - தமிழைவிட மேலான மொழி இல்லை என்பதற்காகவே தமிழை விரும்புகிறேனே தவிர அது அற்புதங்களை விளைவிக்கக் கூடியது என்பதற்காக அல்ல. இது போலவே தாய்மொழி என்று பிடிவாதம் செய்வதும் அறியாமைதான் *(ஆ.தொ. பக்: 1969)*

என்று கூறிய அவர் இந்தி திணிக்கப்பட்டபோது அதை எதிர்த்துப் போராடத் தயங்காதவர் என்பதையும் மறந்துவிடலாகாது.

அவரது வாழ்விலிருந்து ஒரு நிகழ்வை இங்குக் குறிப்பிடுவது பொருத்தம். இன்றைக்குச் சுமார் நூறாண்டுகளுக்கு முன்பு நடந்தது அது. அப்போது பெரியாருக்கு வயது இருபத்து நாலு. தந்தை வெங்கடப்ப நாயக்கரின் மண்டி வியாபாரத்தில் மகன் ராமசாமி பொறுப்பேற்றுக்கொண்டிருந்த காலம் அது. திருச்சியில் ஒரு வழக்கிற்காக வக்காலத்தில் தந்தையின் கையெழுத்தைப் போடுகிறார் ராமசாமி. இதையறிந்த எதிர்த் தரப்பு வழக்குரைஞர் அவர் சென்றவுடன் அவர்மீது 'போர்ஜரி' வழக்கு தொடுக்கிறார். தந்தையும் மகனும் பயந்துவிடுகின்றனர். சேலம் விஜய ராகவாச்சாரி, நார்ட்டன் துரை முதலான அன்றைய புகழ்பெற்ற வழக்கறிஞர்களையெல்லாம் சென்று ஆலோசனை கேட்கின்றனர். 'கையெழுத்தை நான் போட வில்லை என ராமசாமி சொல்லிவிடுவதுதான் ஒரே வழி. எதற்காக எங்களுக்கு வீணாகச் செலவு செய்கிறீர்கள்' என்று அவர்கள் வழக்காட

மறுத்துவிடுகின்றனர். ஆனால், தந்தையும் பிள்ளையும் இப்படிச் சொல்லத் தயாராக இல்லை. சிறைக்குச் செல்ல ராமசாமி தயாராகிறார். காப்பு, கொலுசு, கடுக்கன் முதலியவற்றைக் கழற்றுகிறார்; தாடி வளர்க்கிறார்; களி உண்ணப் பழகுகிறார். வழக்கு நாளில் தந்தையும் மகனும் குற்றத்தை ஒப்புக்கொள்கின்றனர். வழக்கை விசாரித்த உதவி கலெக்டர் மேக்பர்லேண்ட், 'எதிரி யாரையும் மோசம் செய்ய இந்தக் காரியம் செய்யவில்லை, வழக்கு தள்ளுபடி செய்யப்பட்டது' எனத் தீர்ப்பளிக்கிறார்.

இந்தச் சம்பவத்தைப் பெரியார் 'விடுதலை' வாசகர்களுடன் பகிர்ந்துகொள்ள (26-7-1952) நேர்ந்ததன் பின்னணியும் சொல்லப்பட வேண்டிய ஒன்று. நடக்க இருந்த இந்தி எழுத்து அழிப்புப் போராட்டம் ஒன்றில் பங்கெடுக்க இருப்பவர்களின் பெயர்ப் பட்டியலை அவர் 'விடுதலையில் வெளியிட்டபோது சிலர் அதை விமர்சித்தனர். பெயர்களைக் கொண்டு போராட்டக்காரர்களைக் கைது செய்துவிட்டால் பிறகு போராட்டம் நடப்பது எப்படி என்பது அவர் களின் கேள்வி. அதற்குப் பெரியார் சொல்வார்:

> எனது முப்பது வருஷப் பொதுத் தொண்டில் ஒரு செயல்கூட, ஒரு போராட்டம்கூட நான் மறைவாய் நடத்தினது கிடையாது. நடத்த அனுமதித்ததும் கிடையாது. என்மீது பொதுவாழ்வில் சுமார் இருபது வழக்குகள் நடந்திருக்கும். என் சொந்த வாழ்விலும் சில வழக்குகள் நடந்திருக்கும். ஒன்றுக்கும்கூட நான் எதிர் வழக்காடி இருக்கமாட்டேன். ஒப்புக்கொள்ளவும் தயங்கியிருக்க மாட்டேன் (ஆ.தொ. பக்: 1817)

என்று சொல்கிறபோதுதான் தமது இளமைக்கால அனுபவத்தை இப்படி விரிவாய்ச் சொல்லுகிறார். எல்லா அறங்களையும் ஒழுக்கங் களையும் போட்டுடைக்கச் சொன்ன அவர்தாம் சொந்த வாழ்விலும் அரசியலிலும் இத்தகைய அறத்தைக் கடைபிடிக்கவும் செய்கிறார். தண்டனை கிடைக்கும் எனத் தெரிந்தும் நீதிமன்றத்தில் பொய் சொல்லாததேன்? அரிச்சந்திரன் போல சத்தியம் தவறாதே என்கிற பேரறத்தை நிலைநாட்டவா? இல்லை.

> இந்த என் நடத்தை கடவுளுக்காக மோட்சத்திற்காக சத்தியத்தை அடிப்படையாகக் கொண்டது அல்ல. நேர்மையை அடிப்படையாகக் கொண்டது (ஆ.தொ. பக்: 1819)

என்பது பெரியாரின் பதில். சத்தியம்×நேர்மை என அவர் கட்டமைக்கும் முரணில் சத்தியம் என்பது பேரறம். நேர்மை என்பது

நாம் குறிப்பிடுகிற சிற்றறம் — Local Ethics — சுயேச்சை அறம். சுய மரியாதைக்கும், சுய உறுதியாக்கத்திற்கும் விடுதலைக்குமான அறம். சற்றுப் பின் இதை விரிவாய்ப் பார்ப்போம். இதற்குமுன் 'தியாகம்' பற்றிய பெரியாரின் சிந்தனையும் இங்கே குறிப்பிடப்பட வேண்டிய ஒன்று. 'பித்தலாட்டமானது' 'மானமற்றது' (ஆ.தொ. பக்: 1145) எனத் தியாகத்தைப் புறந்தள்ளும் பெரியார்,

> கடவுள் என்பதும் தியாகம் என்பதும் நிஷ்காமிய கர்மம் என்பதும் மோட்சம்—நரகம் என்பதும் பொருளற்றதும் விளக்க முடியாததுமான சொற்கள் (ஆ.தொ. பக்: 1145)

என்பார். தியாகங்கள் உட்பட எல்லாக் காரியங்களுமே மனிதனது சுய திருப்திக்காகவும் சுயநலத்திற்காகவுமே செய்யப்படுகின்றன. 'சுயநலம் இல்லாவிட்டால் மனிதன் ஒரு ஜீவனாகவே இருக்க முடியாது' (ஆ.தொ.ப: 1145). இப்படியிருக்க, தமது செயல்களைத் தியாகம் என முன்வைப்பது அதன் மூலம் ஓர் அதிகாரத்தைக் கட்டமைப்பதற்குத்தானேயொழிய வேறெதற்கும் அல்ல.

7

பெரியார் பார்வையில் விடுதலை என்பதென்ன? பற்றறுத்தலின் எல்லை எது?

அய்ரோப்பியப் பயணம் முடிந்து வரும் வழியில் கொழும்பில் பெரியாருக்கு 'ஆதிதிராவிட அபிவிருத்தி சங்கத்தார்' வரவேற்பு அளிக்கின்றனர். அங்கு அவர் 'தாழ்த்தப்பட்ட மக்கள் ஈடேற வழி' என்கிற தலைப்பில் பேசுகையில்,

> இதைப்பற்றி வியாக்கியானம் அதிகம் செய்ய வேண்டியதில்லை என்றே கருதுகிறேன். ஏனெனில் பாஷாபிமானம், தேசாபிமானம், மதாபிமானம், குலாபிமானம் என்பவைகளின் உட்கருத்தை ஊன்றிக் கவனித்தால் தாழ்த்தப்பட்ட மக்கள் ஈடேறும் வழி தானாகவே தோன்றும். எப்படியெனில், குறிப்பிட்ட எந்த விதமான அபிமானத்தை எடுத்துக்கொண்ட போதிலும் அநேகமாக அந்த அபிமானத்தின் பேரால் ஏமாற்றுகளே நடைபெறுகின்றன. தாழ்த்தப்பட்ட மக்களின் தலைவர்களாக உள்ளவர்கள் இவற்றை ஊன்றிக் கவனித்து, அலசிப் பார்த்து, உரைகல்லில் வைத்து உரசிப் பார்க்கவேண்டும். அவ்வாறு அவர்கள் பார்ப்பார்களே யானால் வாஸ்தவத்திலேயே தாழ்த்தப்பட்டவர்கள் ஈடேறும் வழியை எளிதில் கண்டுகொள்வதற்கு ஏதுகரமாகவிருக்கும். மக்களது முன்னேற்றத்திற்கு தடைக்கல்லாகவிருக்கும் காரியங்கள் ஏதுவுண்டோ அவைகளைத் தகர்த்தெறிய வேண்டும் (ஆ.தொ. பக்: 75),

என்பார். ஆக தாழ்த்தப்பட்டவர்கள் விடுதலை பெறுவதற்கு பாஷை, தேசம், மதம், குலம் ஆகியவற்றின் மீதான அபிமானங்களைத் தகர்த்தெறிய வேண்டும். 'கடவுள், மதம், ஜாதியம், தேசியம், தேசாபிமானம்' என்பதெல்லாம் இயற்கையான உணர்ச்சிகள் அல்ல எனச்சொன்ன அதே காலகட்டத்தில் (1932) சொல்லப்பட்ட கருத்து

தான் இதுவும்.* இராசிபுரத்தில் தாழ்த்தப்பட்ட மக்கள் மத்தியில் பேசும்போது 'தேசாபிமானம் என்ற யோக்கியமற்ற சூழ்ச்சியை விட்டுவிட வேண்டும்' என அவர் வெளிப்படையாகக் கூறியதை முன்பே பார்த்தோம். மொத்தத்தில் மொழி, நாடு, மதம், ஜாதி ஆகியவற்றின்மீதான பற்றுகளை அழிப்பது ஒடுக்கப்பட்ட மக்களின் விடுதலைக்கான வழி எனப் பெரியார் கருதியது விளங்குகிறது.

பற்றுகளை விட்டொழித்தலே விடுதலை என்பது மரபுவழிப்பட்ட கருத்துதான். எல்லாவற்றிலும் மரபைக் கவிழ்க்கும் பெரியார் இங்கே மரபோடு ஒத்திசைகிறாரா? விடுதலை பெறவேண்டுமெனில் அறுக்கப்பட வேண்டிய பற்றுகள் என மரபு எவற்றையெல்லாம் முன்வைக்கிறது என யோசித்தால் இந்தக் கேள்விக்கு விடை கிடைக்கும். முதலில் நீ உன் மீதான பற்றை, உன் அகந்தையை, அகங்காரத்தை அழிக்கவேண்டும். அப்புறம் காமம், குடும்பம், சொத்து, புகழ், அதிகாரம் முதலானவற்றின்மீதான பற்றுகளை அழிக்க வேண்டும். இப்படி எல்லாப் பற்றுகளையும் அழிக்கச் சொல்லுகிற மரபு ஒரு பற்றை மட்டும் சிக்கெனப் பற்றச் சொல்லும். அதுதான் இறைப்பற்று, கடவுள் பற்று, மதப்பற்று.

ஆனால், பெரியார் மறுக்கச் சொல்லும் பற்றுகளில் தலையாயது மதப்பற்று என்பதை நாம் அறிவோம். தவிரவும், நாட்டுப்பற்று, மொழிப்பற்று, என்பவற்றைத் துறப்பதுபற்றியெல்லாம் மரபு வாய் திறப்பதில்லை. சொல்லப்போனால் 'தென்னாடுடைய சிவனே போற்றி' எனவும் 'ஆரியங் கண்டாய் தமிழுங் கண்டாய்' எனவும் மதப்பற்றினூடாக நாட்டுப்பற்று, மொழிப்பற்று, ஆகியவற்றைப் பதிப்பதே மரபின் பணியாக இருந்து வந்திருக்கிறது. ஆனால், பெரியாரோ இந்தப் பற்றுகளை அழிப்பதென்பதை அடித்தட்டு மக்களின் விடுதலைக்கான நிபந்தனையாக்குகிறார். எனவே பற்றறுத்தல் என்பதிலும் பெரியார் மரபைக் கவிழ்க்கவே செய்கிறார்.

---

*Nationalism என்கிற சொல்லை 'ஜாதீய அறிவு' என மொழியாக்கிய பாரதி யார் 'நாட்டினுடைய ஷேம லாபமே தன்னுடைய லாபம்' எனக் கருதுவதே தேச பக்தியென அதற்கு விளக்கமளித்தார். 'தேசத்தைக் காத்தல் செய்' என்பது அவரது ஆத்திச் சூடி. 'ஸ்வதேசாபிமானமும் ஸ்வபாஷாபிமானமும் இல்லாத காகத்தை ஒரு காகம் என்று சொல்லுதல் தகுமோ? அதைப் பறந்து திரியும் கரும் சிறு பிணமென்றுதான் சொல்லவேண்டும்' என்று கதை எழுதினார். தேசப்பற்று குறித்தும் மொழிப்பற்று குறித்தும் இத்தகைய கதையாடல்கள் செயல்பட்ட நிலையில்தான் பெரியார் தேசாபிமானத்தையும், பாஷாபிமானத்தையும் கண்டிக்கிறார்.

மொழிப்பற்று, நாட்டுப்பற்று, மதப்பற்று, சாதிப்பற்று ஆகிய வற்றை விட்டொழிக்கச் சொல்லும் பெரியார் விடுதலைக்கு மிகவும் அவசியமான பற்றாக ஒன்றே ஒன்றை மட்டும் குறிப்பிடுகிறார்,

உங்களுக்கு இன்று சுயமரியாதை அபிமானந்தான் உண்மையாய் வேண்டும் (ஆ.தொ. பக்: 68)

என்று அவர் ராசிபுரத்தில் குறிப்பிட்டதை நாம் மறந்துவிட இயலாது.

சுயமரியாதை — தன்மதிப்பு — சுயத்தை உறுதிசெய்தல் என்கிற நீட்ஷேயியச் சிந்தனையுடன் பொருத்திப் பார்க்க வேண்டிய ஒன்று இது. சுயத்தை உறுதிசெய்தல் என்பதென்ன — எத்தகைய புற வழி காட்டல்களும், வெளி ஆணைகளும், தத்துவ வெளிச்சங்களுமின்றிச் சுய அனுபவம், சுய உணர்ச்சி, சுய சிந்தனை ஆகியவற்றின் அடிப்படையில் முடிவெடுப்பது, செயல்படுவது என்பதுதான்.

நான் ஒரு சுதந்திர மனிதன்; எனக்கு சுதந்திர நினைப்பு, சுதந்திர அனுபவம், சுதந்திர உணர்ச்சி உண்டு. அதை உங்கள் முன் சமர்ப்பிக்கின்றேன். நீங்கள் என்னைப் போலவே உங்கள் சுதந்திர நினைப்பு, அனுபவம் உணர்ச்சி, ஆகியவைகளால் பரிசீலனை செய்து ஒப்பக் கூடியவற்றை ஒப்பி தள்ளக்கூடியவைகளைத் தள்ளி விடுங்கள் என்கிற நிபந்தனையின் பேரிலேதான் எதையும் தெரிவிக்கின்றேன். (ஆ. தொ. பக்: 2026)

என்கிற அவரது புகழ்பெற்ற கூற்றை நாம் அறிவோம். நாட்டுப் பற்று, மொழிப்பற்று, மதப்பற்று, சாதிப்பற்று, முதலியவை இத்தகைய சுய உறுதியாக்கத்துக்கு எதிரானவை, அடிமைப்படுத்துபவை. இந்த அடிமைத்தளைகளிலிருந்து மீளும்போதே ஒரு அடித்தள மனிதன் விடுதலை பெற முடியும். அடித்தள மனிதரைப் பொறுத்தமட்டில் மொழிப்பற்றையோ, நாட்டுப்பற்றையோ அவர் சுமப்பாரேயானால், அத்தகைய அரசியல் விளிப்புகளுக்கு அவர் ஆட்படுவாரேயானால் இதர இழிவுகளை அவர் சகித்துக்கொள்ள வேண்டியிருக்கும். கட்சிப் பற்று, கொள்கைப்பற்று, ஒன்றுபட்ட வலிமை முதலான பெயர்களில் அவர் தமது பிற இழிவுகளை மறக்க வேண்டியிருக்கும்.

இதை இன்று இன்னும் பல்வேறு தளங்களில் ஒடுக்கப்பட்ட மக்களிலிருந்து உதித்தெழுந்த சிந்தனையாளர்கள் முன்வைக் கின்றனர். இன்றைய உலகில் தலைசிறந்த திறனாய்வாளர்களில் ஒருவரும் கறுப்பினத்தைச் சேர்ந்தவருமான ஹென்றி லூயிஸ் கேட்ஸ் என்பார் இதை இலக்கிய விமர்சனத்துக்குப் பொருத்துகிறார். எல்லா

இலக்கியங்களுக்குமான பொது அழகியல் அளவுகோல்கள், விமர்சன மதிப்பீடுகள் கிடையாது என்கிறார். குறிப்பான பிரதிக்கான குறிப்பான விமர்சனம் என்கிற சிந்தனையை முன்வைக்கிறார். குறிப்பான இலக்கியங்களுக்காக உருவாக்கப்பட்ட அளவுகோல்களே இதுவரை பொதுவான அளவுகோல்களாக முன்வைக்கப்பட்டுள்ளன என்பதையும் அவர் சுட்டிக் காட்டுகிறார். எனவே கருப்பு இலக்கியப் பிரதிகளுக்கு இந்தப் பொது அளவுகோல்கள் பொருந்தாது என்கிறார். எனவே, எத்தகைய முன்தீர்வுகளும் முன்முடிவுகளும், முன் அளவுகோல்களும் இன்றி பிரதிகளை அணுகவேண்டும் என்கிறார். அந்தப் பிரதிகளுக்கான குறிப்பான அணுகல்முறைகள் அந்தப் பிரதிகளிலிருந்தே உருவாக்கப்பட வேண்டும் என்கிறார். பிரதி களுக்கான இந்தக் கூற்று இதர பிரச்சினைகளுக்கும் நிகழ்வுகளுக்கும் கூடப் பொருந்தும். முன்தீர்வுகள் இன்றி நாம் முடிவெடுக்கும் போதே நமது சுயம் உறுதி செய்யப்படுகிறது. வேறு யாரோ உருவாக்கிய அளவுகோல்களை நீ சுமந்து வரும்போது உன் சுயம், அகம் அழிகிறது. நீ அந்த அளவுகோல்களுக்கு மட்டுமின்றி அளவு கோல்களை உருவாக்கியவர்களுக்கும் அடிமையாகிறாய்.

அடித்தள மக்களின் அரசியற் செயற்பாடுகளிலும் இதைக் காண முடியும். பொது அரசியல் நீரோட்டத்திலிருந்து பல சந்தர்ப்பங்களில் அவர்கள் விலகி நிற்க வேண்டிய நிர்ப்பந்தத்திற்கு ஆளாகியிருப்பது புரியும். வெள்ளையர் ஆட்சியில் அய்.சி.எஸ் தேர்வுகள் லண்டனில் மட்டுமே நடைபெற்றுக் கொண்டிருந்தபோது இந்திய நகரங்களிலும் அந்தத் தேர்வுகளை நடத்தினால்தான் பெருமளவில் இந்தியர்கள் பங்கு பெறமுடியும் என்பது ஒரு பொதுக் கோரிக்கையாக, தேசியக் கோரிக்கையாக (National consensus) முன்வைக்கப்பட்டபோது தலித் மக்கள் அதை எதிர்த்ததை நாம்அறிவோம். அய்.சி.எஸ். தேர்வுகளை எழுத வாய்ப்புள்ளவர்களில் நூற்றுக்குத் தொண்ணூற் றொன்பது பேர் பார்ப்பனர்களாகவும் வேளாளர்களாகவும், முதலியார்களாகவும், இருக்கையில் அந்தக் கோரிக்கையை நாங்கள் ஏன் ஆதரிக்க வேண்டும், இரண்டாயிரமாண்டுகளாக அவர்களது ஆட்சியில் நாங்கள் பட்டபாடுகள் போதாதா என்றெழும்பிய குரலை நாம் மறந்துவிட முடியுமா? சுதந்திரநாளைத் துக்க நாளாகப் பெரியார் அறிவித்ததைத் தான் நாம் மறக்க முடியுமா?

எனவேதான் அந்த ராசிபுரம் கூட்டத்தில் தாழ்த்தப்பட்டவர்களை நோக்கிப் பெரியார், 'எந்தக் கட்சியிலும் நீங்கள் சேரக்கூடாது என்று

சொல்ல வேண்டியவனாக இருக்கிறேன்' என்றார் (ஆ.தொ. பக்: 68). எந்தக் கட்சியிலும் சேராதிருப்பது என்பது சும்மா இருப்பதோ, போராடாமல் இருப்பதோ அல்ல. ஒடுக்கப்பட்டவர்கள் தமது விடுதலைக்கு வேறு யாரையும் நம்பியிராமல் தானே போராட வேண்டியதன் முக்கியத்துவத்தை வலியுறுத்தியவர் அவர், 'எதற்கும் உங்கள் முயற்சியும் சுயமரியாதை உணர்ச்சியும் இல்லாவிட்டால் ஒரு காரியமும் நடக்காது' (ஆ.தொ. பக்: 84) எனவும்,

> ஆகவே கீழ் சாதித் தன்மை ஒழிய வேண்டும் என்று கருதுகிற ஒருவன் அன்னியருக்காக (அதாவது பிற சாதியினருக்காக — அ.மா) நாம் உழைக்கப் பிறந்தோமென்ற எண்ணத்தை விட்டு விட்டு நமது உழைப்பின் பயனைச் சோம்பேறிகள், பாடுபடாத மக்கள் அனுபவிக்கக்கூடாது என்கிற உறுதிகொண்டு — பிறவியில் நமக்கும் மற்றவருக்கும் எவ்வித வித்தியாசமுமில்லை என்கிற உறுதியோடு சோம்பேறிக் கூட்டத்திற்கு எதிராக எவன் போர் தொடுக்க முனைந்து நிற்கிறானோ அவனே இவ்வித இழிவுகளை நீக்கிக்கொள்ள அருகதை உள்ளவனாகிறான். (ஆ. தொ. பக்: 72).

எனவும் திட்டவட்டமாகச் சொன்னவர் அவர். ஆனால், இந்தப் போராட்டம் வெளிக் கட்டளைகளையும், புற நம்பிக்கை களையும் துறந்ததாய் சுயமரியாதை அபிமானம் ஒன்றையே அடிப்படையாகக் கொண்டதாய் அமைய வேண்டும் என்பதுதான் பெரியார் சொல்லும் சேதி.

வெளி ஆணைகளை ஏற்றுச் செயல்படுவது என்பதற்கு அவர் தொடர்ச்சியாக எதிராகவே இருந்தார். தம்மைப் பற்றிச் சொல்ல வரும்போதுகூட 'எனது சரித்திரத்தில் எனக்குத் தலைவனே இருந்த தில்லை' என்றார். தொடர்ந்து,

> நான் சிறுவயது முதற்கொண்டே சுதந்திர எண்ணமுடைய வனாகவும் நான் சொல்கிறபடி மக்கள் நடக்க வேண்டுமென்ற உணர்ச்சியுடையவனாகவுமிருந்தே வாழ்ந்திருக்கிறேனேயொழிய மற்றவர் சொல்லுகிறபடி நடக்க வேண்டுமென்கிற எண்ண மற்றவனாகவே இருந்திருக்கிறேன். (ஆ.தொ. பக்: 1963)

என்று அவர் கூறியுள்ளதை மேலோட்டமாகப் படிக்காமல் ஆழமாகச் சிந்திப்பது அவசியம். 'போர்ஜரி' வழக்கிலிருந்து விடுபடுவதற்காகக் கூடப் பொய் சொல்ல மறுத்த கதையைச் சொல்லி முடிக்கும்போது,

> இந்த எனது நடத்தை கடவுளுக்காக, மோட்சத்திற்காக, சத்தியத்தை அடிப்படையாகக்கொண்டது அல்ல. நேர்மையை அடிப்படை

யாகக் கொண்டது என்பதுடன் நம்மை நாமே எண்ணிக் கொள்வதில் ஒரு பெருமை, ஒரு அகம்பாவம், எங்கும் எப்போதும் யாருடனும் பேசும்போது ஒரு துணிச்சல், தோல்வியிலும் ஒரு திருப்தி, மற்றவர்களுக்கும் ஒரு நேர்மை, ஒழுக்கம் பற்றிய வழிகாட்டிப் பிரச்சாரம். ஆதலால் 'மறைவாக ஒன்றும் செய்ய வேண்டாம்; எதையும் மறைக்காதே' என்றேன். சுருக்கமாகச் சொல்வேன். நேர்மையாக நடப்பது சுயநலமும் ஆகும். எனது பலக்குறைவினால் எத்தனையோ தவறுகள் ஏற்பட்டும் பொது வாழ்வில் இந்த நாட்டில் நான் சாகாமல் இருப்பதற்கு இந்த நேர்மையில் நான் வைத்திருக்கும் ஜாக்கிரதை தான் காரணமாகும். *(ஆ.தொ. பக்: 1819)*

என்று அவர் கூறியுள்ளதை 'எனக்கு யாரும் தலைவன் கிடையாது. நான் சொல்கிறபடிதான் மற்றவர்கள் கேட்க வேண்டும்' என்கிற அவரது முந்தைய கூற்றுடன் இணைத்து வாசித்துக் கவனமாகப் பரிசீலித்தல் தகும். மேலோட்ட வாசிப்பில் இது ஆணவமாகவும் மக்களை மந்தைகளாய் நினைக்கும் திமிர்த்தனமாகவும் தோன்றக் கூடும். பெரியாரின் பிற கூற்றுகளோடு இவற்றைப் பொருத்திப் பார்க்கும்போதுதான் இவை சுய உறுதியின் வெளிப்பாடுகள் என்பது விளங்கும். 'எனக்குத் தலைவனே இல்லை' என்பதையும் 'நான் சொல்கிறபடிதான் பிறர் நடக்கவேண்டுமே ஒழிய பிறர் சொல்கிறபடி நடக்கிற எண்ணமற்றவன் நான்' என்பதையும் அடிமைத் தன்னிலையை விட்டொழித்த விடுதலையடைந்த ஒரு மனிதனின் வெளிப்பாடாகவே நாம் கருத வேண்டும். நீட்ஷே, 'அடிமை அறம்' எனவும் 'ஆண்டான் அறம்' எனவும் பிரித்து அடிமை அறத்தை இகழ்கிற செயலுடன் இதை இணைத்துப் பார்த்தல் நலம். சுயேச்சை யான அறம் அந்த அகத்தின் விளைவான அகம்பாவம், நன்மை/ தீமை, வெற்றி/தோல்விகளைப் பற்றிய பேதமின்மை ('தோல்வி யிலும் ஒரு திருப்தி') இதன் விளைவாக ஏற்படும் 'துணிச்சல்' இதுவே ஒரு மனிதனின் விடுதலை. சுய உறுதியின் அடையாளங்கள்.

இப்படி விடுதலை கொண்ட ஒரு மனம், எவனுக்கும் அடிமை யாகாத ஒரு உள்ளம், யாரையும் அடிமையாக்கவும் முயலாது. யாரையும் ஆண்டானாக ஏற்காத ஒரு மனித ஜீவியாருக்கும் ஆண்டா னாகவும் இருக்க ஏலாது. எனக்கு யாரும் தலைவனில்லை, நான் சொல்கிறபடி மக்கள் நடக்க வேண்டுமென்ற உணர்ச்சியுள்ளவன் நான் என்று சொன்ன பெரியார்தான்,

சகோதரர்களே! நான் சொல்வன எல்லாம் எனது சொந்த அபிப்ராயங்கள்தாம் என்று சொல்வதோடு நான் ஒரு சாதாரண மனிதன்தான். நான் எவ்விதத் தன்மையும் பொருந்திய தீர்க்கதரிசி யல்லன். ஆகையால், தனிமனிதன் என்கிற முறையில்தான் என்னுடைய அபிப்ராயங்களையும் நான் பார்த்தும் ஆராய்ச்சி செய்தும் அனுபவத்தில் அறிந்ததுமானவைகளைத்தாம் — எதிலும் எனக்குச் சரி என்று பட்டதைத்தான் உரைக்கிறேன். 'ஒரு பெரியார் உரைத்துவிட்டார்' என நீங்கள் கருதி அப்படியே கேட்டு நம்பி விடுவீர்களானால் அப்போது நீங்கள் யாவரும் அடிமைகளே! யார் உரைப்பதையும் நாம் கேட்டு 'வேத வாக்கு' என்று நம்பி அப்படியே நடப்பதனால்தான் நாம் இன்று அடிமைகளாக இருக்கிறோம். ஆகவே நான் உரைப்பவைகளை ஆராய்ந்து பாருங்கள். உங்களுக்கு அவை உண்மையென்று தோன்றினால் அவைகளை ஏற்றுக்கொள்ளுங்கள்; இல்லாவிட்டால் தள்ளி விடுங்கள். *(ஆ.தோ. பக்: 2026)*

என்றும் *(1951)*,

நான் ஒரு அதிசயமான மனிதன்; மகான்! அப்படி இப்படி என்றெல்லாம் கூறுபவன் அல்லன்

என்றும் *(1960)* சொல்லிவந்தார். மக்களை மந்தைகளாக்க நினைத்தவர் அல்லர் பெரியார் என்பது இக்கூற்றுக்களால் விளங்கும்.

ஆக பெரியாரின் விடுதலை, பற்றறுத்தல் முதலான சிந்தனைகள் சுய உறுதிப்பாடு *(Self-affirmation)* என்பதிலிருந்து எழுகின்றன. சுய உறுதி படைத்த தன்னிலைகளே தமது சமூகத்தை விடுதலை செய்யவும் முடியும். தனி மனித விடுதலையும் சமூக விடுதலையும் சந்திக்கும் புள்ளியும் இதுவே. சுய உறுதி பெறவேண்டுமானால் ஒருவர் எல்லா விதமான பற்றுகளையும், வழிகாட்டல்களையும், கொள்கைகளையும் விடுதல் அவசியம். பெரியாரின் பார்வையில் கல்வியின் நோக்கம்கூட இத்தகையப் பற்றறுத்த தன்னிலைகளை உருவாக்குவதே. கல்வி பற்றிச் சொல்ல வரும்போது,

இந்த நாட்டில் இன்று கல்வியென்னும் பெயரால் பல கோடிக் கணக்கான ரூபாய்களைச் செலவு செய்து, பல்கலைக்கழகம், கல்லூரி, உயர்தரப் பள்ளி என்பதாகப் பல்லாயிரக்கணக்கான பள்ளிகளை வைத்துக் 'கல்வி' கற்பிப்பதைவிட பகுத்தறிவுப் பள்ளிகள் மாத்திரம் வைத்து நிர்வாணமான சிந்தனா சக்தி தரும் படிப்பைக் கொடுத்து, மக்களை எதைப் பற்றியும் எந்தப்

பற்றுமற்ற வகையில் செல்லும்வரை சிந்தித்துவரக் கற்பிப்போ மானால்... (ஆ.தொ. பக்: 1323)

என்று அவர் சொல்வார். 'நிர்வாணமான சிந்தனை', 'எதைப் பற்றியும் எந்தப் பற்றுமற்ற வகையில் செல்வதற்கான சிந்தனை' என்பவற்றை அவர் கல்வியின் நோக்கமாக முன்வைப்பது ஆழ்ந்த சிந்தனைக் குரியது. மாணிக்கவாசகர், தன்னை இறை/மதப் பற்றிலிருந்து விலக்கிச் செல்ல முயன்றவற்றை, 'ஈர்க்கிடை புகா இளமுலை மாதர் தம் கூர்த்த நயனக் கொள்ளை, மந்தக் களிறொத்த அவா' என்றெல்லாம் பட்டியலிட்டு வரும்போது 'கல்வி என்னும் பல்கடல் பிழைத்தும்' என்று கூறுவது இங்கே நினைவுக்கு வருகிறது.* உண்மையான கல்வி, மதப்பற்றை அறுத்துவிடும் என மாணிக்கவாசகர் பதறியது இங்கே இணைத்துப் பார்க்கத்தக்கது.

* 'பிழை', 'தப்பு' ஆகிய சொற்களின்பால் தோழர்களின் கவனத்தை ஈர்க்க விரும்பு கிறேன். இவை வினைச் சொற்களாகும்போது 'பிழைத்தல்', 'தப்புதல்' என்றாகின்றன. இவற்றிற்கு Survive / escape என்ற பொருள்களுள்ளது குறிப்பிடத்தக்கது. ஒரு சூழலில் தன்னை அமிழ்த்திக் கொள்பவர் அதனுள் கரைந்து போகிறார். அவரது சுயம் அழிகிறது. தனது சுயத்தைக் காப்பாற்றிக் கொள்ளவேண்டுமெனில், அச்சூழலுக்கான விதிகளை, தர்க்கங்களை (Norms) அவர் மீறவேண்டும். அதாவது 'தப்பு' செய்யவேண்டும். 'தப்பு' செய்பவரே தப்பிப்பர். 'பிழை' செய்பவரே பிழைப்பர்.

8

விடுதலை: வெற்றி × தோல்வி, நன்மை × தீமைகளுக்கு அப்பால்...

தமது அரசியல் வாழ்க்கை முழுவதும் பற்றுகளை எதிர்த்தே இயங்கியவர் பெரியார். பற்றுகளின் அடிமைகளாய் மக்கள் வாழ்கிற சூழலில் இது எத்தனை துன்பகரமானது என்பதை விளக்கவேண்டிய தில்லை. தமது 93ஆவது பிறந்த தினத்திற்காக வெளியிடப்பட்ட மலரில்,

> நான் சமுதாய சமத்துவத்திற்காகப் பாடுபடுகிற ஒரு தொண்டனாவேன். அதாவது, சாதி அமைப்பை அடியோடு அழிக்கப் பாடுபடுவேன். சாதி அமைப்பு என்பது 'கடவுள், மதம்' மற்றும் அவைகள் சம்மந்தமான எதையும் ஒழித்தாக வேண்டும் என்று கருதி அவைகளை ஒழிக்கப் பாடுபடுவேன். மக்களோ பெரும்பாலும் கடவுள் நம்பிக்கை உடையவர்கள் ஆவார்கள். கடவுள் ஒழிப்பு என்பது மக்களுக்கு ஆத்திரத்தையும் கோபத்தையும் உண்டாக்கக்கூடியது ஆகும். இது மாத்திரமல்ல நம்மைச் சபிக்கவும் கூடியது ஆகும். ஆகையால் சபிக்கப்பட்டும் வருகிறேன். (ஆ.தொ. பக்: 1973).

என்று சாதிப்பற்றையும் மதப்பற்றையும் எதிர்த்து இயக்கம் நடத்துவதிலுள்ள இடர்ப்பாடுகளுக்காக மனம் நொந்து கொண்டார்.

அரசியல் கட்சிகளின் கிளர்ச்சிகளெல்லாம் ஏதேனும் ஒரு பற்றின் அடிப்படையில், அதன் விளைவான ஆதிக்கத்தைக் குறிக்கோளாகக் கொண்டே நடந்திருக்கின்றன. 1935ஆம் ஆண்டு காங்கிரஸ் கட்சியின் கிளர்ச்சிகளைப் பற்றிச் சொல்ல வரும்போது,

> எப்பேர்ப்பட்ட அரசியல் கிளர்ச்சியும் போர், மதம், வகுப்பு, சாதி ஆகியவைகளில் எதையாவது ஒன்றின் ஆதிக்கத்தை

அடிப்படையாகக்கொண்டு நடந்திருக்கின்றன, நடைபெறுகின்றன என்றுதான் சொல்ல வேண்டுமேயொழிய மற்றபடி எல்லாம் பொதுமக்களின் நன்மையைப் பொறுத்தும் விடுதலையைப் பொறுத்தும் நடப்பதாகச் சொல்வதற்கில்லை. (ஆ.தொ. பக்: 454) என்று அவர் குறிப்பிட்டார். பெரியார் தொண்டர்களில் முதலானவர் எனச் சொல்லத்தக்க குத்தூசி குருசாமி,

தேசியவாதி என்பவனுக்கு அடிப்படையான தத்துவத்திலேயே ஜனங்களுடைய ஆதரவைப் பெற்றுவிடக்கூடிய சௌகரியம் இருக்கிறது. அதாவது 'அன்னிய ராஜ்ஜி'யத்தைத் தொலைத்து விட்டு 'சுயராஜ்யம்' பெற வேண்டாமா என்று லகுவாகக் கேட்டுவிட வேண்டியதுதான் தாமதம். ஜனங்கள் 'ஆம்' என்று தலையசைத்து விடுகிறார்கள். ஆனால், சமய சீர்திருத்தக்காரனோ 'நமது இந்துமதம், சமூகம் முதலியவற்றை அடியோடு புதுப்பிக்க வேண்டும்' என்று சொன்ன மாத்திரத்திலேயே நமது மக்களுக்கு அவன்மேல் கோபம் வந்துவிடுவதோடு, 'ஆயிரக்கணக்கான வருஷங்களாய் இருந்து வந்ததையும் பெரியோர்கள் செய்து வைத்ததையும் அழிக்கவா பார்க்கிறாய்' என்று ஆவேசம்கொண்டு கத்துகிறார்கள்

எனத் தேசப்பற்று, மதப்பற்று ஆகியவற்றின் அடிப்படையில் எவ்வளவு எளிதாக இயக்கங்கள் கட்டப்படுகின்றன என்பதை விளக்கிச் சொல்வார். இவர்களுக்கு மிக எளிதில் தேசபக்தர், தியாகி, மகாத்மா, அறிஞர், இனத்தலைவர் முதலான பட்டங்களும் பெருமைகளும் கிடைத்துவிடுகின்றன.

ஆனால், சீர்திருத்தவாதியோ 'சமயத்துரோகி', 'நாத்திகன்', 'புரட்சிக் காரன்' என்ற பட்டங்களையும் அவதூறுகளையும் தூஷணை களையும் பெறவேண்டியுள்ளது. எல்லா மக்களாலும் புறக்கணிக்கப்பட்டு 'ஜாதிப் பிரஷ்டனாகி', 'ஜாதித் துரோகியாகி', 'மதத் துரோகியாகி' அவனுடைய ஆயுள் முழுவதும் சிறைச் சாலையைவிடக் கொடுமையான ஒரு நிலையில் இருக்க வேண்டியவனாகிறான். (குருவிக்கரம்பை வேலு எழுதி வளவன் பதிப்பக வெளியீடாக வந்துள்ள 'குத்தூசி குருசாமி', பக்: 268)

மதப்பற்று, சாதிப்பற்று, மொழிப்பற்று, நாட்டுப்பற்று என்கிற அடிப்படையில் இயக்கங்கள் கட்டுவதும், கிளர்ச்சிகள் நடத்துவதும் இன்றளவும்கூட எளிதாயிருக்கிறது. அரசின் எதிர்ப்புகள் இருந்த போதும் மக்கள் மத்தியில் எளிதில் தியாகி, தலைவர் முதலான

பெருமைகளையும், அதிகாரங்களையும், பொருளியற் பலன்களையும் பெற்றுவிட முடிகிறது. ஆனால், பற்றுகளை எதிர்த்து நிற்பவர், பேசுபவர் 'தூஷணக்காரன்', 'உடைப்புவாதி', 'தேசத்துரோகி', 'தமிழ்த்துரோகி' என்கிற பட்டங்களையே எதிர்கொள்ள வேண்டி யிருக்கிறது. எனில் வாழ்நாளெல்லாம் பாஷாபிமானம், தேசாபிமானம், மதாபிமானம், குலாபிமானம் ஆகியவற்றை எதிர்த்து நின்ற பெரியாரின் பாடுகள் எத்தன்மையாக இருந்திருக்கும்? தமது இறுதிக்கால எழுத்துகளில் இது குறித்த மன உளைச்சல்களை அவர் வெளிப்படுத்துகிறார். 'பெரியாருக்கு என்ன குறை, நாங்கதான் அவரது கொள்கைகளை நடைமுறைப்படுத்திவிடுகிறோமே' எனக் காமராசர் ஆறுதல் சொன்னபோது,

> எனக்கேதாவது குறை, கவலை இருக்குமானால் அது மக்களுக் கிடையில் காணப்படும் கவலையற்ற தன்மையும் எதிரிகளின் சூழ்ச்சிக்கு ஆளாகும் தன்மையும் பற்றித்தான். *(88ஆவது பிறந்த நாள் மலரில், ஆ.தொ. பக்: 1962)*

என்று சொன்ன பெரியார் தமது 90ஆம் ஆண்டு பிறந்தநாள் மலரில், 'பொதுவாக என் மனம் குழப்பமாக இருக்கிறது. துறவி ஆகிவிடுவேனோ என்னமோ?' *(ஆ.தொ. பக்: 1968)* என்றுகூடக் குறிப்பிட்டார். *

எனினும் இவ்வாறு மக்களால் வெறுக்கப்பட்ட போதிலும் என்றும் விடுதலையை நேசிப்பவர் கடைசி வரைக்கும் மனதிற்பட்ட உண்மைகளைச் சொல்ல வேண்டியவர்களாகவே இருப்பர்; பற்று களை எதிர்த்து நிற்பதே அவர்களின் கடன். சொல்லப்போனால் அந்தச் செயற்பாடே அவர்களின் விடுதலையாக அமைகிறது.

---

* துறவியாவதில் பெரியாருக்கு இருந்த ஆசை எண்ணத்தக்கது. இளவயதில் தகப்பனாருடன் கோபித்துக்கொண்டு துறவியாகி வடநாடுகளில் திரிந்த கதையை நாம் அறிவோம். மனைவி நாகம்மை இறந்தபோது, '2, 3 வருடங்களுக்கு முன்பிருந்தே நான் இனி இருக்கும் வாழ்நாள் முழுவதையும் சங்கராச்சாரிகள் போல (அவ்வளவு ஆடம்பரத்துடனல்ல — பண வசூலுக்காக அல்ல) சஞ்சாரத்திலேயே, சுற்றுப்பயணத்திலேயே இருக்கவேண்டும் என்றும் நமக்கென்று தனி வீடோ குறிப்பிட்ட இடத்தில் நிரந்தர வாசமோ என்பது கூடாதென்றும் கருதி இருந்ததுண்டு. ஆனால், அதற்கு வேறு எவ்விதத் தடையும் இருந்திருக்கவில்லை என்றாலும் நாகம்மாள் பெரிய தடையாக இருந்தார். இப்போது அந்தத் தடை இல்லாமற் போனது ஒரு பெரிய மகிழ்ச்சிக்குரிய காரியமாகும்' என்று எழுதினார் *(ஆ.தொ. பக்: 1918)*.

பெரியார் சொல்வார்:

எனது சொந்த அனுபவங்களை நானறிந்து உங்களுக்கு உரைப்பது தான் என்னுடைய விடுதலை. அதை ஆராய்ந்து அறிந்து அதன்படி நடப்பதுதான் உங்கள் விடுதலை (ஆ.தொ. பக்: 2026).

தாமறிந்து உரைப்பதே எப்படி விடுதலையாகிவிடும்? 'தேவைகள் பற்றிய பிரக்ஞை கொள்ளுதலே விடுதலை' என்பார் எங்கெல்ஸ். அதுபோல இங்கு சுய உறுதிப்பாட்டின் அடிப்படையில் உணர்தலும் அறிதலும் உரைப்பதுமே விடுதலையாகிவிடுகின்றன.

அப்படிச் சொல்வது உடனடியாகத் தனக்குப் பலனைத் தருமா, இழப்பைத் தருமா? தனது முன்னேற்றத்திற்கு, புகழுக்கு வாய்ப்பாக அமையுமா? செல்வாக்குள்ளவர்களின் ஆதரவு நமக்குக் கிடைக்குமா, எதிர்ப்புகளைச் சம்பாதிக்க நேருமா? வெற்றியா, தோல்வியா என்கிற அச்சமும் தயக்கமும் உள்ளவன் விடுதலை அடைய முடியாது. தானறிந்ததை உரைப்பதன் மூலம் அவனுக்குத் தோல்விகூடக் கிட்டலாம். சரி என அறிந்தும், உண்மை எனத் தெரிந்தும் சொல்லாமல் மவுனம் காப்பதன் மூலம் உடனடிப் பெருமை அடையலாம். புகழும் அதிகாரமும் கிடைக்கலாம். ஆனால், அது விடுதலையாக அமையாது. அடிமைத்தனத்தின் மற்றொரு வடிவமாகவே அது இருக்கும். அடிமையாய் உணர்ந்த மனத்திற்கு ஊக்கம் ஏது, ஆக்கம் ஏது?

பெரியார் சொல்வார் :

நான் ஒரு அதிசயமான மனிதன்; மகான்! அப்படி, இப்படி! என்றெல்லாம் கூறுபவன் அல்லன்; ஆனால் துணிவு உடையவன். கண்டதை ஆராய்ந்து, அறிந்ததைத் துணிந்து அப்படியே கூறுபவன். மற்றவர்கள் சுயநலத்திற்காக சுயநலத்துடன் பாடுபடு கிறார்கள். அந்தச் சுயநல உணர்ச்சியுடையவர்கள் மக்கள் வெறுப்புக்கு ஆளாக மாட்டார்கள்; அப்படிப் பக்குவமாக நடந்து கொள்ளுவார்கள். நான் கண்டதை, அறிந்ததை மக்கள் எதிர்ப்புக்கு அஞ்சாது கூறினால் வெறுப்புத்தான் கிடைக்கும். சுயநலம்

---

* 'மனித வாழ்வில் வெற்றி என்னவென்றால் அவனவன் மனத் திருப்தியோடு வாழ்வதுதான்' (ஆ.தொ. பக்: 1144) என்று அவர் மற்றோரிடத்தில் குறிப் பிடுவார். சுய திருப்தியே வெற்றியாகும்போது, தோல்வியிலேயே சுய திருப்தி கிட்டுமானால் தோல்வியே அந்தத் தன்னிலையின் வெற்றியாகிவிடுகிறது. எனவே விடுதலை என்பது வெற்றி தோல்விகளுக்கு அப்பாற்பட்ட தாகிவிடுகிறது.

கெட்டுப் போகும். *(ஆ.தொ. பக்: 2026)*

ஆனாலும் நீ விடுதலை பெற்றவனாகிறாய். ‘தோல்வியிலும் ஒரு திருப்தி’ எனச் சொன்னதன் பொருள் இதுவே. * உன் சுயநலத்தை உத்தேசித்து நீ துணிச்சலற்றவனாய் வாழ நேர்ந்தால் விடுதலை அனுபவம் உனக்கில்லை.

பெரியாரின் பெருமைகள் சுயசிந்தனையும் சிந்தித்ததைச் சொன்ன துணிச்சலும்றதான்.

9

பெரியார்?

சிலோன் டெய்லி நியூஸ் என்னும் பத்திரிகையின் சார்பாகப் பெரியாரிடம் பேட்டி ஒன்று காணப்பட்டது. அப்போது அவர் சொன்னார்:

> நான் ஒரு நாத்திகனல்ல, தாராள எண்ணமுடையவன். நான் ஒரு தேசியவாதியுமல்ல; தேசாபிமானியுமல்ல; ஆனால், தீவிர ஜீவரக்ஷா எண்ணமுடையவன். எனக்கு சாதி என்பதோ, சாதி என்பதன் பெயரால் கற்பிக்கப்படும் உயர்வு, தாழ்வுகளோ கிடையாது. *(ஆ.தொ. பக்: 1186).*

தம்மைத் தேசியவாதி என்று சொல்லிக்கொள்வதைக் காட்டிலும் தேசத்துரோகி எனச் சொல்லிக்கொள்வதில் பெரியார் ஆர்வமுடையவர் என்கிற சங்கதி நமக்குத் தெரியும். ஆனால், அவரை நாம் ஒரு நாத்திகனாகவே அறிந்துள்ளோம். எனினும் இங்கு தம்மை நாத்திகன் என்று சொல்லிக்கொள்வதைக் காட்டிலும் 'தாராள எண்ண முடையவன்' என்று சொல்வது கவனத்திற்குரியது. தாராளவாதி – Liberal / Anarchist – எனத் தம்மைத் தாமே அவர் அடையாளப் படுத்திக் கொள்வது ஒரு முக்கியமான விஷயம். எனினும் பெரியாரை ஒரு கடவுள் மறுப்பாளராகவே அறிந்துவந்த நமக்கு அவர் தம்மை நாத்திகனல்லன் என்று சொல்லிக்கொள்வது சற்று வியப்பு அளிக்கிறது. பெரியாரின் மரண சாசனம் எனச் சொல்லப்படுகிற இறுதிச் சொற்பொழிவில் *(19-12-1973),*

> கடவுள் சங்கதியை எடுத்தால் ஒருவனுக்கு ஒருவன் நம்பிக்கைக் காரனும் நம்பிக்கையில்லாதவனும் — அவனை இவன் முட்டாள் என்றுதான் சொல்லியாகணும். இவனை அவன் முட்டாள் என்று சொல்லித்தான் ஆகணும். *(ஆ.தொ. பக்: 2062).*
>
> மக்களுக்கு ஆத்திகம், நாத்திகம் என்பதற்குப் பொருள் தெரிவதே இல்லை. நாத்திகன் என்று சொன்னால் கடவுள் இல்லை என்று

சொல்கிறவன் அல்ல. நான் கடவுள் இல்லை என்று சொல்கிறவன் அல்ல; இருக்கிறது என்று ஒப்புக்கொள்ளவும் இல்லை. புராண இதிகாச வேத சாஸ்திரங்களை ஒப்புக் கொள்ளாதவர்களையே பார்ப்பனர் நாத்திகன் என்று குறிப்பிடுகின்றனர். (ஆ.தொ. பக்: 1100)

என்று சொல்லி நாத்திகம் என்பதற்கு இங்கே என்ன பொருள் கொள்ளப்படுகிறது என்று விளக்குகிறார். எனவே வெறுமனே கடவுள் உண்டா இல்லையா என்பதல்ல பிரச்சினை. என்னால் கடவுள் என்பதென்ன, எப்படிப்பட்டது என்று புரிந்துகொள்ள இன்றைக்கும் முடியவில்லை. புரிந்துகொண்டிருப்பவராகக் கருது கிறவரிடம் எனக்கு ஏன் சண்டை வேண்டும்' (ஆ.தொ. பக்: 1100) என்று சொன்னவர் பிறிதொரு சந்தர்ப்பத்தில் (7-10-1974),

ஆனால் ஆத்திக – நாத்திகம் என்பது ஒரு பயனற்ற பிரச்சினை யாகும். மற்றும் அது அவனுடைய சொந்த புத்தி, யோசனையைப் பொறுத்ததாகும்.

ஆதலால் நமது வாழ்வில் ஏற்பட வேண்டிய இன்ப துன்பங் களுக்கும், முற்போக்குக்கும் மாறுதலுக்கும், ஆத்திக, நாத்திகத்தைக் கொண்டுவந்து குறுக்கே போட்டுக் கொண்டு யாரும் கஷ்டப்பட வேண்டியதில்லை (ஆ.தொ. பக்: 1099)

என்றும் கூறியவர் பெரியார். வாழ்க்கை நலன்களைக் கடவுளின் மேல் பொறுப்பேற்றிவிட்டு மனிதன் வாளாவிருப்பதையும், பொருட்களைப் பாழாக்குவதையும் பொறுக்காமல்தான் இந்தக் கடவுள் விசயத்தில் பிரவேசிக்க வேண்டியிருக்கிறதேயொழிய மற்றபடி எவன் எத்தனைக் கடவுள்களை நினைத்துக் கொண்டிருந்தாலும் வணங்கினாலும் எனக்கு அக்கறையில்லை என்று ஒதுக்கியவர் அவர். எனவே, பெரியாரை வெறும் நாத்திகராகவும் கடவுள் மறுப்பாள ராகவும் கடவுளை மறுப்பதற்கென்றே மறுத்து வந்தவராகவும், உலகப் பிரச்சினைகள் எல்லாவற்றையும் ஆத்திக–நாத்திக வெளிச்சத்தில் பார்த்தவராகவும் புரிந்துகொள்ள வேண்டியதில்லை. பெரியாரின் பரிமாணம் இன்னும் விசாலமானது; அவரை ஒரு நாத்திகன் என்பதைக் காட்டிலும் அவரே சொன்னபடி 'தாராளவாதி' எனச் சொல்வதே பொருத்தம்.

அவரது வாழ்வனுபவங்களும் அரசியல் செயற்பாடுகளும் இதற்குச் சாட்சியம் பகர்கின்றன. அவரது வெளிநாட்டுப் பயண அனுபவங்களிலும் இது வெளிப்படுகிறது. அய்ரோப்பிய நாடுகளில்

இருந்தபோது அவர் நிர்வாண சங்கங்களோடு தொடர்பு கொண்டிருந்ததையும் அவற்றில் உறுப்பினரானதையும் இங்கே நினைத்துப் பார்த்தல் அவசியம். அவர்களோடு நிர்வாணமாக நின்று பெரியார் புகைப்படமும் எடுத்துக்கொண்டார். பிரிட்டனில் இருந்த போது அன்று கடுங்கண்காணிப்பிற்கு உள்ளாகியிருந்த கம்யூனிஸ்டு களுடனும் தொழிற்சங்கத்தவர்களுடனுமே அவரது தொடர்புகள் இருந்தன. சோவியத் ரசியாவில் இருந்தபோது அன்றைய ஸ்டாலின் அரசின் முக்கிய எதிர்ப்பாளர்களான ட்ராட்ஸ்கியர்களுடன் இவரது குழுவினர் தொடர்பு கொண்டிருந்தனர் என்பதற்காகவே நாட்டை விட்டு வெளியேற்றப்பட்டார் என்பதையும் நாம் மறந்துவிடலாகாது. (பார்க்க: ஆனைமுத்து பதிப்பித்துள்ள பெரியாரின் அயல்நாட்டுப் பயணக் குறிப்புகள்)

அவரது அரசியல் நடவடிக்கைகள் யாவும் அரசுக்குரிய விசுவாசமான குடிமக்களை உருவாக்குவதற்கு எதிராகவே இருந்தன. சுதந்திர நாள், குடியரசு நாள் முதலான தேசிய நாட்களை அவர் துக்க நாட்களாக அறிவித்தார். தேசப் படத்தையும், தேசியக் கொடியையும் எரித்தார். அரசியல் சட்டத்தைக் கொளுத்தினார். உச்ச நீதி மன்றத் தீர்ப்பைப் பொசுக்கினார். உலகம் முழுவதும் கூர்ந்து கவனிக்கும் மகத்தான சம்பவத்தைத் துக்கநாளாக அறிவிப்பதா என்று அண்ணாவும், குமரன் காத்த கொடியை எரிப்பதா எனப் பொதுவுடைமைத் தோழர்களும், நேரு போன்ற பெருந்தலைவர் களும் கோபித்தபோது அவர்களைப் பெரியார் எள்ளி நகையாடினார். சர்வ சக்தி வாய்ந்த உன் பிள்ளையார் வெறும் ஒரு உருண்டைக் களிமண்தான் என்று காட்டத்தான் பிள்ளையார் சிலையை உடைத்தேன், ஒரு முழம் அழுக்குக் கந்தல் துணிதான் உன் தேசியக் கொடி என்று நிறுவ அதைக் கொளுத்திக் காட்டுவேன் என்றார். மேலும்,

> உலகத்தையே படைத்தாகக் கூறப்படும் கடவுள்களே எங்களிடம் அகப்பட்டுத் திண்டாடும் நேரத்தில் உன் அரசாங்கக் கந்தல் துணிக் கொடி எம்மாத்திரம்? அதன் யோக்கியதை தெரியாதவர்கள் அதைத் தலையில் தூக்கிக்கொண்டு ஆடலாம். அதன் பித்தலாட்டம் தெரியாதவர்கள் அதைத் தாயின் மணிக்கொடி — புனிதத் தன்மை கொண்ட பாரதமாதாவின் கொடி என்றெல்லாம் புகழலாம். அதன் யோக்கியதை தெரிந்த நாங்கள் மற்றவர்களுக்கும் அதை வெளிப்படுத்த முயற்சிக்கிறோம். தாயின் மணிக்கொடிக்குள்ள

அந்தஸ்து கந்தல் துணிக்குள்ள அந்தஸ்துகூட கிடையாது என்ற உண்மையை வெளிப்படுத்துகிறோம் (ஆ.தொ. பக்: 1840)

என்று தேசியக் குறியீடுகளையும் புனிதங்களையும் கடவுளர் சிலைகளையும் இழிவுபடுத்தினார். பிள்ளையார் சிலையை உடைத்தார். இராமன் படத்தை செருப்பால் அடித்தார். கம்ப இராமாயணத்தைக் கொளுத்தினார். 'அன்பே சிவம், சிவமே வெங்காயம்' என்று நகைத்ததோடு நிற்காமல் அந்த வெங்காயத்தை உரித்தும் காட்டினார்.

இந்த எதிர்ப்புகளை எப்படிக் கையாள்வது என அரசுகள் திணறும் அளவிற்கு அவரது செயற்பாடுகள் அமைந்தன. பெரியாரிடமிருந்து பிரிந்து சென்ற அண்ணாவும் அவருடைய தி.மு.க.வும் கடமை கண்ணியம் கட்டுப்பாடுமிக்க தேசியக் குடிமக்களை உருவாக்கச் சிரத்தை காட்டிய அதே தருணத்தில், நமது பொதுவுடைமைத் தோழர்கள்கூட தேசிய சின்னங்களைத் தொழத் தயக்கம் காட்டாத பின்னணியில் பெரியாரின் இத்தகைய அராஜக (Anarchist), அரசவிழ்ப்பு நடவடிக்கைகள் ஏற்படுத்திய அதிர்ச்சியை ஊகித்துப் பார்க்கலாம். தமிழ்நாட்டுப் பிரிவினையை முன்வைத்துப் பெரியார் இயங்கியபோதுகூட அவரது கிளர்ச்சிகள் யாவும் தேசியக் குறியீடு களைத் தகர்ப்பதாகவும் தேசக் குடிமகன்/குடிமகள் என்கிற தன்னிலையை உடைப்பதாகவுமே இருந்தன.

பெரியாரது எதிர்க் கலாச்சார செயற்பாடுகள் குறித்து விரிவாக 'நிறப்பிரிகை'யில் பேசியுள்ளோம். (பார்க்க: நிறப்பிரிகை 6ஆவது இதழில் வெளிவந்துள்ள ராஜன் குறை எழுதிய கட்டுரை). இங்கே நடத்தப்பட வேண்டிய போராட்டம் கலாச்சாரத்தின்பேரால்தான் நடத்தப்பட வேண்டும். கலாச்சாரத்தை எதிர்த்துத்தான் நடத்தப்பட வேண்டும் என்பதில் பெரியார் தெளிவாக இருந்தார். இதற்குத் தமிழன் என்கிற அடையாளம் போதாது. தமிழன் என்கிற அடையாளத்தின் வழியாக இந்து என்கிற அடையாளம் நுழைந்து விடுகிறது என்பதை அவர் புரிந்திருந்தார்.

தமிழ் என்பதும் 'தமிழர் கழகம்' என்பதும் மொழிப் போராட்டத் திற்குத்தான் பயன்படுமேயொழிய இனப் போராட்டத்திற்கோ, கலாச்சாரப் போராட்டத்திற்கோ சிறிதும் பயன்படாது.

எனவே, அக்கலாச்சாரத்திலிருந்து (அதாவது ஆரிய/இந்து/ வருணாசிரம கலாச்சாரத்திலிருந்து — அ.மா) விடுபடவேண்டும்

என்றால் மொழிப் போராட்டம் ஒன்றினால் மட்டுமே வெற்றிபெற முடியாது. கலாச்சாரத்தின்பேரால், இனத்தின் பேரால் போராட்டம் நடத்தப்பட வேண்டும். அதில் வெற்றி பெறவேண்டும். அப்போது தான் நாம் விடுதலை பெற்றவராவோம். மொழிப் போராட்டம் கலாச்சாரப் போராட்டத்தின் ஒரு பகுதிதானேயொழிய முழுப் போராட்டமாகவே ஆகிவிடாது. சட்டம், சாஸ்திரம், சமுதாயம், சம்பிரதாயப் பழக்கவழக்கங்கள், புராணங்கள், இதிகாசங்கள் இவை எல்லாவற்றிலுமே நம் இழிவு நிலைநிறுத்தப்பட்டிருக்கிறது. எனவே, இவை எல்லாவற்றிலுமிருந்துமே நம் இழிவு நீக்கமடைந்தாக வேண்டும். மொழியால் மேம்பாடும் வெற்றியும் பெற்றுவிடுவதாலேயே நம் இழிவும் நம் இழிவுக்கு ஆதாரமான கலாச்சாரமும் ஒழிந்துவிடமாட்டா. (ஆ.தொ. பக்: 682, 683)

என்று கலாச்சாரத் தளத்தில் நடத்தப்பட வேண்டிய போராட்டத்தின் முதன்மையை வலியுறுத்தினார். 'இனம்' என்று அவர் சொன்னாலும் கூட அதைக் கலாச்சார ரீதியாகவே அடையாளப்படுத்தினார். 'திராவிட' என்கிற அடையாளத்தை அவர் இறுக்கமாக வரையறுக்காமல் 'ஆரிய' என்பதற்கு எதிராகவே அதைக் கட்டமைத்தார். அவரது 'திராவிட' வரையறை ஆரியத்தை மட்டுமே விலக்கி மற்ற எல்லாரையும் முஸ்லிம்கள் உட்பட உள்ளடக்குவதாகவே இருந்தது. தம்மை இஸ்லாமை அனுசரிப்பவர் என்றும் திராவிட சமயமும் இஸ்லாமும் ஒன்று என்றும் அவர் சொல்லியுள்ளார். சேலம் மாநாட்டில் (1944) பேசும்போது, 'பாகிஸ்தானுக்குட்பட்டு வாழ்ந்தாலும் வாழலாமே யொழிய ஆரியருடன் வாழக்கூடாது' என்று அவர் கூறியது இங்கே குறிப்பிடத்தக்கது. பெரியார் எங்கும் இனத்தூய்மை பேசிய வருமல்லர். தவிரவும், இனத்தூய்மை, இனத் தனித்துவம், இனப் பண்பு முதலானவற்றை நவீன மரபணுக் கோட்பாடுகள் (genome theories) திட்டவட்டமாக மறுப்பதையும் நாம் இங்கே சிந்திக்க வேண்டும். எனவே எல்லாவற்றிற்கும், எல்லா இழிவுகட்கும் கலாச்சாரக் கட்டமைப்புகள்தான் — அடிப்படையாக உள்ளன. என்பதிலும் அக்கலாச்சாரக் கட்டமைப்புகளைத் தகர்ப்பதிலும் பெரியார் குறியாய் இருந்தார். வாழ்நாள் முழுக்கக் கலாச்சாரப் போராளியாகவே திகழ்ந்தார்.

தம்மை ஒரு நாத்திகனல்லன், அதனினும் விசாலமான பரிமாணமுள்ள தாராளவாதி என்று சொன்னது போலத் தம்மை ஒரு சமுதாய சீர்திருத்தவாதி அல்லன் என்றும் அவர் சொல்லிக்

கொண்டார். ஏன்?

ஏனெனில் சமுதாய சீர்திருத்தம் என்றால், ஏதோ இங்கும் அங்கும் ஆடிப்போன, சுவண்டுபோன, இடிந்துபோன பாகங்களைச் சுரண்டி கூறுகுத்தி, மண்ணைக் குழைத்துச் சந்து-பொந்துகளை அடைத்துப் பூசி மெழுகுவதுதான் என்று அனேகர் நினைத்திருக்கிறார்கள்.

ஆனால் நம்மைப்பொறுத்தவரை நாம் அம்மாதிரித் துறையில் உழைக்கும் ஒரு சமுதாய சீர்திருத்தக்காரனல்லன் என்பதை முதலில் தெரிவித்துக் கொள்கிறோம். மற்றபடி நாம் யார் என்றால், என்ன காரணத்தினால் மக்கள் சமுதாயம் சீர்திருத்தப்பட வேண்டிய நிலைக்கு வந்தது என்பதை உணர்ந்து, உணர்ந்தபடி மறுபடி அந்நிலை ஏற்படாமலிருப்பதற்கு நம்மால் இயன்றதைச் செய்யும் முறையில் அடியோடு பேர்த்து அஸ்திவாரத்தையே புதுப்பிப்பது என்கின்றதான தொண்டை ஏற்றுக்கொண்டிருக்கிற படியால், சமுதாய சீர்திருத்தம் என்பதைப் பற்றி மற்ற மக்கள் அனேகர் நினைத்திருந்ததற்கு நாம் மாறுபட்ட கொள்கைகளையும் திட்டத்தையும் செய்கையையும் உடையவராய்க் காணப்பட வேண்டிய நிலையில் இருக்கிறோம்.

இதனாலேயேதான் பலவற்றில் உலக மக்கள் உண்டு என்பதை இல்லை என்றும், சரி என்பதைத் தப்பு என்றும், தேவை என்பதை தேவையில்லை என்றும், கெட்டது என்பதை நல்லது என்றும், காப்பாற்றப்படவேண்டியது என்பதை ஒழிக்கவேண்டும் என்றும் மற்றும் பலவாறாக மாறுபட்ட அபிப்ராயங்களைக் கூறுவோராக, செய்வோராக காணப்பட வேண்டிய நிலையில் இருக்கின்றோம். ஆனால் நம் போன்ற இப்படிப்பட்டவர்கள் உலகில் நல்ல பெயர் சம்பாதிப்பதும், மதிக்கப்படுவதும், பழிக்கப்படாமல், குற்றம் சொல்லப்படாமல் இருப்பதும் அருமை என்பது மாத்திரம் நமக்கு நன்றாய்த் தெரியும். *(நிறப்பிரிகை — 6, பக்: 46).*

பெரியாரின் மேற்கண்ட இந்த விளக்கம் ஒழுக்கவிழ்ப்பு வாதத்திற்கும் எதிர்க் கலாச்சாரத்திற்குமான ஒரு எளிய வரையறையாகவே திகழ்கிறது. ஒரு எதிர்க்கலாச்சாரவாதி பெரும்பான்மைப் போக்கு, பொதுப்புத்தி ஆகியவற்றிற்கு முற்றிலும் மாறுபட்ட கொள்கையும், திட்டமும், செய்கையும் உடையோராய் இருக்கவேண்டிய நிலையையும் அதன் விளைவாக எல்லாராலும் குற்றம் சொல்லப் படக்கூடிய, பழிக்கப்படக்கூடிய சூழலை எதிர்கொள்ள வேண்டியதையும் அவர் தெளிவாகவே உணர்ந்திருந்தார்.

நமது கடவுள், மதம், அரசாங்கம் மட்டுமல்லமொழியும் இலக்கியமும்கூடத் தகர்க்கப்பட வேண்டியவை என்பதில் அவர் உறுதியாக இருந்தார். ஏனெனில்,

நம் கடவுள் — சாதி காப்பாற்றும் கடவுள்
நம் மதம் — சாதி காப்பாற்றும் மதம்
நம் அரசாங்கம் — சாதி காப்பாற்றும் அரசாங்கம்
நம் இலக்கியம் — சாதி காப்பாற்றும் இலக்கியம்
நம் மொழி — சாதி காப்பாற்றும் மொழி

இதை உயர்ந்த மொழி என்கிறார்கள். என்ன வெங்காய மொழி? இரண்டாயிரம் வருடங்களாக இருக்கிற தமிழ் மொழி, சாதியை ஒழிக்க என்ன செய்தது? மொழிமீது என்ன இருக்கிறது? ஏதோ மொழி மீது நம்முடைய பற்று; விவரம் தெரியாமல் சிலருக்குப் பற்று. எந்த இலக்கியம் சாதியை ஒழிக்கிறது? நெஞ்சையள்ளும் சிலப்பதிகாரம் — வெங்காயம் என்று பாடியிருக்கிறான்; இந்த மடையனும் தினமும் படிக்கிறான். அது, முதல் பக்கத்தில் இருந்து கடைசிப் பக்கம் வரை சாதியைக் காப்பாற்றுவதுதானே! அதை அனுசரித்துத்தானே புலவன் பாடியிருக்கிறான்! (ஆ.தொ. பக்: 9627)

என வெகுண்டார். சிலப்பதிகாரமே அவர் சீற்றத்துக்குத் தப்ப வில்லையெனில் நமது பெரியபுராணம், கம்ப இராமாயணம், பக்தி இலக்கியங்கள் பற்றிச் சொல்ல வேண்டியதில்லை. இன்றளவும் உயர் சாதி ஆதிக்கம் மிகுந்துள்ள தமிழ் இலக்கியச் சூழலிலும் சிற்றிதழ்ப் பாரம்பரியத்திலும் பெரியார் தீண்டப்படாதவராக ஒதுக்கி வைக்கப்பட்டுள்ளது சிந்திக்கத்தக்கது. தமிழ்மறுமலர்ச்சியின் அடையாளமாக இன்று உயர்த்திப் பிடிக்கப்படும் 'மணிக்கொடி' இதழ் அன்றைய சுயமரியாதை இயக்கத்தைக் கடுமையாகத் தாக்கி வந்ததும், 'சு.ம. காலிகள்' எனத் தொடர்ந்து திட்டி வந்ததும் இங்கே குறிப்பிடத்தக்கன. 'உதவாக்கரை இலக்கியங்கள்' எனப் பெரியார் சாடியது பண்டைய இலக்கியங்களுக்கு மட்டுமின்றி இன்றைய நமது 'மேற்'சாதி இலக்கியக்காரர்கள் பிதுக்கித் தள்ளும் பெரும்பாலான நவீன இலக்கியங்களுக்குங்கூட பொருந்துவதாகவே இருக்கிறது.

பெரியாரின் பெண்ணுரிமைச் சிந்தனைகள் விரிவாகவும் தனியாகவும் பேசப்பட வேண்டிய ஒன்று. மிகவும் அதி நவீனமான பெண்ணியச் சிந்தனைகளையெல்லாம் அறுபது எழுபது ஆண்டுகட்கு முன்பே உதிர்த்தவர் அவர். உடன்கட்டை ஏறுதல், பால்ய மணம் முதலானவற்றை எதிர்த்தும் பெண் கல்வியை ஆதரித்தும் இயங்கிய

'மேற்'சாதிச் சீர்திருத்தக்காரர்களாகிய ராஜாராம் மோகன் ராய், வித்தியா சாகர், ரானடே போன்றோர் இந்தியச் சமூகம், இந்துமதம் ஆகியன பற்றி மிகவும் உயர்வான கருத்துகளைக்கொண்டிருந்தனர். இவர்கள் சாதி இழிவுகளைப் பற்றியும் வருணாசிரமம் குறித்தும் கிஞ்சித்தும் கவலைப்படாதவர்கள். மாறிவரும் சூழல்களுக்கேற்ப இந்துச் சமூகத்தையும், இந்துப் பெண்களையும் நவீனப்படுத்துவ தாகவே இவர்களின் நோக்கம் இருந்தது. புதிய மாற்றங்களால் இந்துக் குடும்ப அமைப்பும் சமூக அமைப்பும் குலைந்துவிடாது பாதுகாப்ப தாகவே இருந்தது. எனவே இவர்கள் பெண்ணடிமைத்தனத் திற்கும், 'ஆண்மை' என்கிற கட்டமைப்பிற்கும், 'கற்பு' என்கிற கற்பிதத்திற்கும், குடும்ப அமைப்பிற்கும், இந்துமதத்திற்கும் உள்ள உறவுகளைப் பேசவில்லை. 'மேற்' சாதிச் சீர்திருத்தக்காரர் களிடையே மிகவும் தீவிரமாய்ச் சிந்தித்தவராகிய சுப்பிரமணிய பாரதியும்கூட இரு சாரார்க்கும் பொதுவான கற்பைப் பற்றித்தான் பேசினாரே யொழிய கற்பு என்பதையே கேள்விக்குள்ளாக்கவில்லை. பூலே, பெரியார் போன்றவர்களே சாதியத்தையும் பெண்ணடிமைத் தனத்தையும் இணைத்து எதிர்த்தனர்.

பெரியார் ஒருவரே பெண்விடுதலை பெறவேண்டுமானால் ஆண்மை அழிய வேண்டும் என்றார். பெண்கள் பிள்ளை பெற்றுக் கொண்டிருக்கும்வரை அவர்களுக்கு விடுதலை இல்லை என்றார். பெண்கள் பிள்ளைப் பேற்றை நிறுத்திவிட்டால் மானுட விருத்தி என்னாவது என்கிற கேள்விக்கு அதைப்பற்றி உனக்கென்ன கவலை என்றார். கவலைப்பட்டால் அடிமையாக இரு. இந்த உலகம் மனித ஜீவராசிகளுக்கு மட்டுந்தானா? மற்ற ஜீவராசிகள் விருத்தி யடைந்துவிட்டுப் போகட்டும். மனிதன் எந்த விதத்தில் மற்ற ஜீவராசிகளைவிட உயர்வு?

ஆண்களுக்கு உத்தியோகம் கொடுக்கக்கூடாது என்றார். ஆயிரம் ரூபாய்க்கு மேல் சம்பளம் கொடுக்கக்கூடாது என்றார். ஆண், இரண்டு வைப்பாட்டிகள் வைத்துக் கொண்டானானால் நீங்கள் மூன்று ஆசை நாயகர்களை வைத்துக்கொள்ளுங்கள் என்றார். கணவன் இருக்க மற்றொரு ஆடவனை ஒரு பெண் விரும்பினாளானால் அதைக் குற்றமாகக் கருதக்கூடாது என மாநாட்டில் தீர்மானம் இயற்றினார். சுமார் எழுபது ஆண்டுகட்டு முன்பே விதவைகள், விபச்சாரிகள் எனப்படுவோர், தனியாக வாழும் பெண்கள் ஆகியோர் மாநாட்டுக்கு அவசியம் வரவேண்டும் என அழைப்பு விடுத்தார். கொஞ்சம்

யோசித்துப் பாருங்கள். இன்றளவும்கூட இது சாத்தியமா? பாலியல் தொழிலாளர் சங்கங்கள் எல்லாம் இன்று இயங்குகின்றன. பத்திரிகைகளில் செய்திவருகின்றன. ஆனால், இவற்றிற்குச் சமூக அங்கீகாரம் உண்டா? நமது தொழிற்சங்கத் தோழர்கள் நடத்துகிற போராட்டம் ஒன்றில் வாழ்த்திப் பேசுவதற்கு பாலியல் தொழிலாளிகள் சங்கத் தலைவியை அழைப்பார்களா? மேலை நாடுகளில்கூட மிகச் சமீபத்தில்தான் தனியாக வாழும் பெண்கள் என்பார் ஒரு தனி வகையினமாக (category) ஏற்கப்படுகின்றனர். எழுபதாண்டுகளுக்கு முன்பே பெரியார் இதை நடைமுறைப் படுத்தினார்.

காதல், கற்பு முதலான கற்பிதங்களைத் தகர்த்தெறிந்தார்.

ஒரு தாராளவாதியாக, தேசத்துரோகியாக, மொழிப்பற்றை விட்டவராக, சிலை உடைப்பாளராக, எதிர்க் கலாச்சாரவாதியாக, எல்லாவிதமான பற்றுகளுக்கும் எதிரியாய், சுய உறுதியாக்கத்தையே விடுதலை என்று உணர்ந்தவராய், மொழிந்தவராய்ப் பெரியாரை அணுகுதல் என்பது பெரியாரின் மறைக்கப்பட்ட பரிமாணங்களையும் மவுனமாக்கப்பட்ட சிந்தனைகளையும் மட்டுமின்றி இந்த நோக்கில் நிகழ்காலச் சூழலையும் விளங்கிக்கொள்ளப் பயன்படும்.

இரண்டாம் பதிப்பில் ஒரு பிற்சேர்க்கை:

பெரியார்: நம்பிக்கைகள் என்றாலே மூடநம்பிக்கைகள்தான்

கடவுள் பக்திக்கும் மூட நம்பிக்கைக்கும் எதிராக இயங்கியவர் என்றே நாம் பெரியாரைப் புரிந்துள்ளோம். அரை நூற்றாண்டுக்கும் மேற்பட்ட அவரது அரசியல் வாழ்வையும் எழுத்துக்களையும் ஆழமாகப் பயிலும்போது அவர் எல்லாவிதமான பக்திகளுக்கும் நம்பிக்கைளுக்கும் எதிராக இருந்தது விளங்கும். தேசபக்தி, மொழிப் பற்று என அவர் எல்லாப் பக்திகளையும் எதிர்த்தார். எவற்றின் மீதும் கேள்வி முறையற்ற விசுவாசத்தையும் நம்பிக்கையையும் வெறுத்தார். தேசபக்தி கிளர்ந்தெழுந்த ஒரு அகில இந்தியச் சூழலிலும், மொழிப் பற்று மேலுக்கு வந்திருந்த ஒரு தமிழ்ச் சூழலிலும் இயங்கியவர் அவர். இந்த இரண்டின் பெயரால் இயங்கும் அரசியல்களுமே எல்லா மானுடர்க்குமான, குறிப்பாக அடித்தள மக்களுக்கான விடுதலையைப் பெற்றுத் தந்துவிடாது என அவர் உறுதியாக நம்பினார். மதபக்தியும் சாதிப்பற்றும் மட்டுமல்ல தேசபக்தியும் மொழிப்பற்றுங்கூட உன்னை அடிமைத்தனத்தில் இருத்தி வைக்கவே பயன்படும் என அவர் ஒடுக்கப்பட்ட மக்களை நோக்கிச் சொன்னார்.

கொஞ்சம் யோசித்துப் பார்த்தால் எல்லா பக்திகளுமே குருட்டுத் தனமானவைதான், எல்லா நம்பிக்கைகளுமே மூட நம்பிக்கைகள்தான் என்பது விளங்கும். பக்தி என்பது ஒன்றின் முன் தெண்டனிட்டுக் கிடப்பது. அதற்கு மிஞ்சி எதுவுமில்லை என ஏற்பது. தன்னுடைய எல்லாவிதமான 'ஷேமலாபங்'களுக்கும் அதுவே ஆதாரமெனப் பாரதியைப் போல நம்புவது. தேசத்தின் 'ஷேமலாபத்' திற்குட்பட்டதே தன்னுடைய 'ஷேமலாபம்' எனப் பாரதி ஏற்றுக் கொண்டான். மொழி உணர்வு ஒன்றே நமது இனம் மேன்மையுற வழி எனத் தமிழ்த் தேசியர் உரைப்பர். தேசம், மொழி, கடவுள், கொள்கை என ஏதொன்றையும் விசுவசித்து, அவற்றின்முன் தெண்டனிட்டு உன்னை, உன் சுயத்தை, உன் அடையாளத்தை அழித்துக்கொள் என்கிற

போதங்கள் உன்னை விடுவிக்காது, உன் விடுதலைக்கு வழிகோலாது. உன் விடுதலைக்கான வழி நீ சுய உணர்வு கொள்வதுதான், சுய மரியாதை பெறுவதுதான் என்று பெரியார் திரும்பத் திரும்பச் சொன்னார்.

கொள்கைப் பற்றின் இறுதி வடிவம் பாசிசம். எல்லாக் கொள்கைகளும் ஏதோ ஒரு வீதத்தில் (percentage) பாசிசத்தன்மை யுடையனவாகவே உள்ளன. தேசக் கொள்கை, கடவுள் கொள்கை, வர்க்கக் கொள்கை, இனக் கொள்கை என ஏதொன்றின் மீதும் கேள்வி முறையற்ற விசுவாசம் கொள்ளும்போது மானுடரின் மாபெரும் பாக்கியமான உரையாடலின் சாத்தியம் முற்றுப் பெறுகிறது. மற்றதை அங்கீகரிக்கும் மாண்பு மறைந்துவிடுகிறது. எல்லாவிதமான கொள்கைப் பற்றுகளும் ஏதோ ஒரு வகையில் மற்றதை மறுப்பதாகவே உள்ளன. தாம் கட்டமைத்த 'மற்றவர்களை'க் கோடிக்கணக்கில், இலட்சக் கணக்கில் கொன்று குவித்தவையாகவே உள்ளன.

இத்தகையப் புரிதலைப் பெரியார் வந்தடைந்ததென்பது அறிவுத்தோற்றம் குறித்த அவரது இன்னொரு புரிதலின் விளைவே. 'எல்லாமே கற்பிதங்கள்தான், கட்டமைக்கப்பட்டவைதான். எதுவுமே இயற்கையானதல்ல' — என்பதே அது. கடவுள், சாதி, தேசம், மொழி, இனம் எல்லாமே கற்பிதங்கள்தான். இவற்றின் பெயரால் கட்டமைக்கப் படும் அரசியல் அனைத்தும் அவற்றைக் கட்டமைக்கிற சக்திகளின் நலன்களுக்கானதுதான் என்பதை அவர் வலியுறுத்தியுள்ளது சிந்திக்கத் தக்கது.

***

பெரியாரை, இந்த ஆழ்ந்த தத்துவார்த்தப் பின்புலத்துடன் விளங்காத போது பல எளிய அய்யங்கள் தோன்றுவது தவிர்க்க இயலாது. 'சாதி ஒழிப்பு' என்கிற கொள்கைப்பற்றைக் கொண்டவராகப் பெரியார் இருந்ததில்லையா — கொள்கைப்பற்றுக்கூடாதென்பது அரசியல் செயலின்மைக்கு இட்டுச் செல்லாதா?* பெண்விடுதலையில் அவருக்குப் பற்று இல்லையா? 'திராவிட இனம்' என்கிற கருத் தாக்கத்தை அவர் முன்வைக்கவில்லையா? 'தமிழன்' என விளிக்க வில்லையா? தனித் தமிழ்நாடு கோரவில்லையா?

---

*'எஸ்.வி. ராஜதுரை, இந்தியா டுடே, ஆகஸ்ட் 10. 2001

இந்தக் கேள்விகள் அனைத்திற்கும் பெரியாரின் வாழ்வும், அரசியற் செயல்பாடுகளும், எழுத்துக்களுமே பதில்களாக அமைகின்றன. அவரது நீண்ட அரசியல் வாழ்வில் செயலின்மைக்கு இடமில்லை. இறுதிவரை தீவிர அரசியலில் நின்றவர் அவர். ஒன்றைப் புரிதல் அவசியம். எல்லாம் இயற்கை என ஏற்பதே செயலின்மைக்கு இட்டுச் செல்லும். இயற்கை எனும்போது தானாய் விளைவது, மாற்ற இயலாதது என்ற நிலைபாட்டைச் சென்றடைகிறோம். கட்டமைப்பு, கற்பிதம் எனப் புரிதல்கொள்ளும்போதே நம்மீது சுமத்தப்படும் கற்பிதங்களில் தலையீடு செய்ய முனைகிறோம். நமது அடிமைத் தனங்களுக்குக் காரணமான கற்பிதங்களைத் தூக்கி எறிகிறோம். நமக்கான கற்பிதங்களைக் கண்டடைகிறோம். இந்தியத் துணைக் கண்டத்துப் பெரும்பான்மை மக்களின் இழிவிற்குக் காரணமான வருண தருமம், பார்ப்பனீயம், இந்துமதம் முதலான கற்பிதங்களைத் தோலுரிப்பதையும், அவற்றில் தலையீடு செய்வதையும் தனது அரசியல் பணியாகப் பெரியார் வாழ்நாள் முழுவதும் மேற்போட்டுச் செய்து வந்ததை நாம் கவனிக்க வேண்டும்.

இயற்கை என நம்புவோர் செயலின்மையிலிருந்து செயலுக்கு நகரும்போது அது பாசிசமாக உருப் பெறுகிறது. ஆரிய—ஜெர்மானிய இனத்தினரே இயற்கையில் உயர்ந்தவர்கள்; இந்துமதமே இந்தியாவின் இயற்கையான மதம், மற்றவர்கள் வந்தேறிகள் என்றவாறு.

கற்பிதம் என்கிற புரிதலுடனேயே திராவிடன் / தமிழன் என்கிற கட்டமைப்புகளைப் பெரியார் செய்தார். பெரும்பான்மையரான சூத்திரர், தாழ்த்தப்பட்டோர், பெண்கள் ஆகியோரின் அடிமைத் தனத்திற்குக் காரணமான பார்ப்பனீயக் கட்டமைப்பிற்கு எதிரானதே அவரது திராவிடக் கற்பிதம். 'தமிழர்' என்பதைக் காட்டிலும் 'திராவிடர்' என்ற கட்டமைப்பிற்கு அவர் கூடுதல் முக்கியத்துவம் அளித்து வந்ததற்கான காரணத்தையும் நாம் யோசித்தல் அவசியம். பார்ப்பனர் தவிர்த்த ஏனைய அனைத்து மக்களையும் அவர் தனது திராவிடக் கட்டமைப்பிற்குள் கொண்டுவந்தார். குறிப்பாகச் சிறுபான்மையினர் — மொழிச் சிறுபான்மையினர் மட்டுமல்ல மதச் சிறுபான்மையினரை, இஸ்லாமியரை அவர் திராவிடர் என்று வரையறுத்தார். 'தமிழன்' என்று சொன்னால் பார்ப்பனரும் வந்து ஒட்டிக் கொள்வார்களே என வெளிப்படையாகக் கூறினார்.

'தமிழின' அரசியல் வரலாற்றில் ஒன்றை நாம் கவனித்தல் நலம். 'திராவிடர்' என்கிற கற்பிதத்தை முன்வைத்து இயங்கியவர்கள்

பார்ப்பனர்களை விலக்கிச் சிறுபான்மையினரை உள்ளடக்கினர். 'தமிழர்' என்கிற கற்பிதத்தை முன்வைத்து இயங்கியவர்கள் பார்ப்பனர்களை உள்ளடக்கி (மொழிச்) சிறுபான்மையினரை விலக்கினர். மொழிச் சிறுபான்மையினரை 'எதிரி'களாக, மற்றவர்களாக நிறுத்தினர். பார்ப்பனரை உள்வாங்கத் தயங்காமையின் காரணமாக இவர்கள் சாதி ஒழிப்பை முன்னிலைப்படுத்தியதில்லை. இன்றளவும் நுணுக்கமான பார்ப்பனர்கள் ம.பொ.சியிடம் நன்றி காட்டுவது இதன் பொருட்டே.

தனது கற்பிதம் பாசிசத்திற்கு இட்டுச் சென்றுவிடக்கூடாது என்பதில் பெரியார் உறுதியாக இருந்தார். திராவிடப் பெருமை, தமிழின் தொன்மை ஆகிய பெருங்கதையாடல்களை அவர் எந்நாளும் விரித்ததில்லை. மாறாக இத்தகைய பெருங்கதையாடல்களை அவர் தொடர்ந்து கட்டுடைத்தார்; எள்ளி நகையாடினார். தமிழிலக்கியங்களை உதவாக்கரை எனவும் தமிழ்மொழியைக் காட்டுமிராண்டி மொழி எனவும் அவர் போட்டுடைத்த செய்திகள் பிரசித்தம். அதேசமயத்தில் அவர் (இந்தி) மொழித் திணிப்பை எதிர்க்கத் தயங்கிய தில்லை என்பதை நாம் இணைத்துப் பார்க்கவேண்டும். (தாய்) மொழிப்பற்றுத் தேவையில்லை என்கிற அவருடைய நிலைப்பாடு வேற்று மொழித் திணிப்பிற்கு எதிரான செயலின்மைக்கு இட்டுச் செல்லவில்லை என்பது குறிப்பிடத்தக்கது.

பெரியாரின் இந்தி எதிர்ப்பும் தனித் தமிழ்நாடு கோரிக்கையும் மொழிப்பற்று அல்லது தேசபக்தியின் அடிப்படையிலானதல்ல என்பதைப் புரிந்துகொள்ள வேண்டும். தன்னை ஒரு 'தாராளவாதி' (anarchist / liberal) என அழைத்துக்கொண்ட பெரியார் எந்நாளும் செயலின்மைக்கு ஆட்படவுமில்லை.

***

பெரியார் தலித் விடுதலைக்கும் இஸ்லாமியருக்கும் எதிராக இருந்தார் என்கிற அவதூறுகளைக் கடைவிரிப்போர் இன்னொரு புறம். விரிவான ஆய்வுகளும் நிரூபணங்களும் இன்றி, போகிற போக்கில் தூற்றி வீசுவதாகவே இத்தகைய குற்றச்சாட்டுகள் அமைவது குறிப்பிடத் தக்கது.

டாக்டர் அம்பேத்கர் அவர்களைப் போன்று தலித் விடுதலையையே தனது லட்சியமாகக் கொண்டு செயல்பட்டவரல்லர் பெரியார் என்பதில் மாற்றுக் கருத்துக்கு இடமில்லை. எல்லாவற்றையும் தலித்விடுதலை

என்கிற நோக்கிலிருந்து பார்த்தவருமல்லர். பெரியார் இயங்கிய தளம் வேறு. அடித்தள மக்கள் சுயமரியாதை பெறுவதை நோக்கமாகக் கொண்டு இயங்கியவர் அவர். அதற்குத் தடையாக உள்ள சாதீயத்தை, பார்ப்பனீயத்தை, வருணாசிரமத்தை, இந்துமதத்தைத் தொடர்ந்து இறுதிவரை எதிர்த்து நின்றவர் அவர். அடித்தள மக்களின் விடுதலைக்கு அடிப்படையான சுய உறுதியாக்கம் என்பதை நோக்கிச் செயற்பட்ட அவருடைய விளிப்பு சூத்திரர், பெண்கள், தலித்துகள், இஸ்லாமியர் ஆகியோரை உள்ளடக்கியதாகவே இருந்தது. திராவிட வரையறையில் இஸ்லாமியரை அவர் இணைத்துக்கொண்ட பாங்கும், அம்பேத்கர் பவுத்த மதத்தைத் தழுவியபோது, 'நீங்கள் இஸ்லாமுக்கு மாறுவதே சரியான அரசியலாக இருக்கும்' என அவருக்கு அறிவுரைத்ததும் இங்கே நினைவுகூறத் தக்கது.

'தலித் விடுதலையே பெரியாரின் லட்சியம்' எனச் சிலர் சொல்வது * எத்தனை அபத்தமோ அதனினும் பெரிய அபத்தம் அவரைத் தலித்து களுக்கு எதிராக நிறுத்துவது. 'பறையர் என்கிற இழிவு அழியாமல் சூத்திரர் என்கிற இழிவு நீங்காது' என்கிற எச்சரிக்கைகளை அவர் பிற்படுத்தப்பட்ட மக்களை நோக்கி விடுத்துள்ளமையையும் நாம் மறப்பதற்கில்லை.

தலித் இயக்கங்களின் தனிச் சிறப்பு அவை சாதி ஒழிப்பை முதன்மைப்படுத்துவது. சாதீயக் கட்சிகளிடமிருந்து அதனை வேறு படுத்தி நிறுத்தும் அம்சமும் இதுவே. சாதி ஒழிப்பை முதன்மைப் படுத்துவதாலேயே, தலித் இயக்கங்கள் பெரியாரைச் சில அம்சங்களில் விமரிசித்தபோதும் விலக்கியதில்லை. 'எனது அரசியல் சார்பு அரசியல்; எனது சிந்தனைகள் ஆதிக்கச்சக்திகளுக்கு எதிரானவை, அடித்தள மக்களுக்கானவை' என்று வெளிப்படையாக அறிவித்துச் செயல்பட்டவர்கள் கார்ல் மார்க்ஸ், பெரியார், அம்பேத்கர் ஆகிய மூவரும். இது சாதியச் சமுதாயம், வர்க்க அரசியல் இங்கு பொருந்தாது என மட்டையடியாக அடித்து மார்க்ஸை ஒதுக்கிய தவறுக்குப் பலரும் காரணமாக இருந்துள்ளோம். பெரியாரையும் தலித்விடுதலையின் எதிரியாகச் சுட்டி தலித் அரசியலிலிருந்து நீக்கி நிறுத்த ஒரு சிலர் மேற்கொண்டு வரும் முயற்சிகள் ஆபத்தானவை. *

***

---

*' எஸ்.வி. ராஜதுரை, முன்னால் சொன்ன கட்டுரையில்.

இந்துத்துவம் புத்துயிர்ப்புப் பெற்றுவரும் சூழலில் பெரியாரை முதன்மைப்படுத்தி வருகிற பெரியாரிய இயக்கங்கள் நன்றிக்குரியவை. எனினும் பெரியாரை இன்றைய அரசியலுக்குப் பயன்படுத்தும் வேளையில் நாம் இதுகாறும் விளக்கிய சிக்கலான புரிதலுடன் அணுகுதல் அவசியம் என்பதை சுட்டிக்காட்ட வேண்டியுள்ளது. இந்துமதத்துடன் சமரசம் செய்துகொள்ளத் தயங்காத தமிழ்த் தேசிய அரசியலிடமும், சாதியச் சக்திகளிடமும் பெரியாரியர்கள் எச்சரிக்கையாக இருத்தல் அவசியம். தேசியப் பெருங்கதையாடல் களுக்குப் பெரியாரைச் சாட்சியமாக்கும் தவறுக்கு நாம் இடமளிக்க லாகாது. இராஜாஜியின் ஆட்சிக் காலத்தில் குலக் கல்வித்திட்டத்தை எதிர்ப்பதில் பெரியார் முன்னின்றதை நாம் மறந்துவிடலாகாது. ஆட்சியிலுள்ள இந்துத்துவ சக்திகள் இன்று கல்வித்துறையைக் குறிவைத்துச் செயல்படுவதையும், கல்வியைக் காவிமயமாக்குவதில் தீவிரம் காட்டுவதையும் எதிர்ப்பதில் நாம் இன்று பின்தங்கியுள்ளதை யோசிக்க வேண்டும்.

குடும்ப வாழ்க்கை, திருமண உறவுகள் ஆகியவற்றில் இறுக்கமாகச் சாதியைப் பேணுவதில் வெட்கப்படாதவர்கள் தம்மைப் 'பெரியாரிஸ்டுகள்' என அறிவித்துக்கொள்வதைப் பார்க்கும் போதுதான் கடைசிப் பெரியாரிஸ்ட் 1973இல் செத்துப் போனாரோ என்கிற அய்யம் நமக்கு ஏற்படுகிறது. பெரியார் காலத்தில் சுயமரியாதை மாநாடுகளில் கலப்புத் திருமணத்திற்கு முக்கியத்துவம் அளிக்கப்பட்டதை நாம் மறந்துவிடலாகாது. விதவைகள், தேவதாசி வகுப்பினர், மற்றும் இதர மாற்றுச் சாதியினருக்கு முன்னுரிமை அளிக்கப்படும் என்கிற அறிவிப்புகளோடு மணமக்கள் தேவை என்கிற விளம்பரங்கள் திராவிடர் கழக இதழ்களில் வெளியானதும், குருசாமி, சுந்தரவடிவேலு முதலானோர் இசை வேளாளர் சாதியில் தேடிச்சென்று திருமணம் செய்துகொண்டதும் இங்கே குறிப்பிடத் தக்கன. பெரியாரிய அமைப்புகள் மீண்டும் இந்த அம்சத்திற்கு முதன்மை அளித்தல் அவசியம்.

***

பெரியார் சிந்தனைகளில் குறைபாடுகளே இல்லை என்றோ என்றென்றைக்கும் எல்லா மக்களுக்கும் அவை பொருத்தமானவை என்றோ ஒரு விமர்சனத்திற்கு அப்பாற்பட்ட திருஉருவாகப்

---

*'ரவிக்குமார், கலச்சுவடு, செப்-அக்., 2000.

பெரியாரைச் சமைக்க வேண்டியதில்லை. தலித்திய மற்றும் இடது சாரிய விமர்சனங்களைப் பெரியாரியல் எதிர்கொள்ளும்போது அது மேலும் செழுமையுறும்.

பெரியாரின் சிந்தனைகள் மேலும் முழுமையாகவும் ஆதார பூர்வமாகவும் தொகுக்கப்படுதல் அவசியம். பெரியார் காலத்திய சுயமரியாதையாளர்களின் முக்கிய எழுத்துக்களும் தொகுக்கப்படுதல் வேண்டும். எல்லாவற்றிற்கும் மேலாக பெரியாரின் அரசியல் வாழ்க்கைச் சரிதம் ஒன்று விரிந்த ஆய்வுப் பின்புலத்துடன் எழுதப்படுதல் உடனடித் தேவை.

நன்றி: *கணையாழி*
செப்டம்பர், 2001

படித்துவிட்டீர்களா?
அ. மார்க்ஸ்
எழுதிய மற்றுமொரு நூல்

பெரியார்
தலித்துகள்
முஸ்லிம்கள்
தமிழ்த் தேசியர்கள்

பக்கம்: 192, விலை: ₹ 160, ISBN: 978 81 7720 291 5